ഭരണഭാഷ:
അകവും പുറവും

**bharanabhasha akavum puravum**
study

•

*dr. naduvattom gopalakrishnan*

•

*first edition*
september 2019

•

*typesetting & published*
chintha publishers, thiruvananthapuram

•

*cover*
vinod mangoes

---

വിതരണം

**ദേശാഭിമാനി ബുക്ക് ഹൗസ്**

H O  തിരുവനന്തപുരം–695 035
phone: 0471-2303026, 6063026
www.chinthapublishers.com
chinthapublishers@gmail.com

ബ്രാഞ്ചുകൾ

ഹെഡ്ഡാഫീസ് ബ്രാഞ്ച് കുന്നുകുഴി • സ്റ്റാച്യു തിരുവനന്തപുരം • കെ എസ് ആർ ടി സി ബസ് സ്റ്റേഷൻ ആലപ്പുഴ • കെ എസ് ആർ ടി സി ബസ് സ്റ്റേഷൻ എറണാകുളം • ഐ ജി റോഡ് കോഴിക്കോട് • മാവൂർ റോഡ് കോഴിക്കോട് • എൻ ജി ഒ യൂണിയൻ ബിൽഡിങ് കണ്ണൂർ • സെൻട്രൽ ബസ് ടെർമിനൽ കോംപ്ലക്സ് താവക്കര കണ്ണൂർ

---

CO - 2848 / 5115
ISBN - 978-93-89410-08-2

# ഭരണഭാഷ:
# അകവും പുറവും

### ഡോ. നടുവട്ടം ഗോപാലകൃഷ്ണൻ

ചിന്ത പബ്ലിഷേഴ്സ്
തിരുവനന്തപുരം-695 035

# ഡോ. നടുവട്ടം ഗോപാലകൃഷ്ണൻ

1951 ൽ ആലപ്പുഴ ജില്ലയിലെ പള്ളിപ്പാട്ടു വില്ലേജിൽ നടുവട്ടം മുറിയിൽ ജനിച്ചു. പിതാവ് പെരുമ്പള്ളിൽ പരമേശ്വരൻ നായർ. മാതാവ് തങ്കമ്മ.

നടുവട്ടം സ്കൂൾ, ഹരിപ്പാട് ബോയ്സ് ഹൈസ്കൂൾ, നങ്ങ്യാർകുളങ്ങര ടി കെ എം എം കോളേജ്, പന്തളം എൻ എസ് എസ് കോളേജ്, കേരളസർവ്വകലാശാല മലയാള വിഭാഗം, ഭാഷാശാസ്ത്രവിഭാഗം എന്നിവിടങ്ങളിൽ വിദ്യാഭ്യാസം. മലയാളഭാഷയിലും സാഹിത്യത്തിലും എം എ ബിരുദം. ഭാഷാശാസ്ത്രത്തിൽ പി എച്ച് ഡി. 1976 മുതൽ വിവിധ ഗവൺമെന്റ് കോളേജുകളിൽ അദ്ധ്യാപകൻ. കല്പറ്റ, ആറ്റിങ്ങൽ ഗവൺമെന്റ് കോളേജുകളിൽ പ്രിൻസിപ്പൽ. കോളേജ് വിദ്യാഭ്യാസ ഡെപ്യൂട്ടി ഡയറക്ടറായിരിക്കെ സർവ്വീസിൽനിന്നും വിരമിച്ചു. തുടർന്ന് ഇന്റർനാഷണൽ സ്കൂൾ ഓഫ് ദ്രവിഡിയൻ ലിംഗ്വിസ്റ്റിക്സിൽ സീനിയർ ഫെലോ. മലയാളത്തിനു ശ്രേഷ്ഠഭാഷാപദവി-വിദഗ്ദ്ധ സമിതി കൺവീനർ, കേരളസർവ്വകലാശാല മലയാളവിഭാഗത്തിൽ എമിരറ്റസ് ഫെലോ, ദ്രവീഡിയൻ ലിംഗ്വിസ്റ്റിക്സ് അസോസിയേഷൻ. സെക്രട്ടറി.

**കൃതികൾ:** *രാമചരിതവും പ്രാചീനഭാഷാവിചാരവും, ഭാഷാപരിമളം, ഭാഷാവിചാരം, സാഹിത്യമാല്യം, നാടോടി ചരിത്രകഥകൾ, സംസ്കാരമുദ്രകൾ* (ലേഖനസമാഹാരം), *കേരളചരിത്രധാരകൾ* (ചരിത്രലേഖനങ്ങൾ), *ജീവചരിത്രസാഹിത്യം മലയാളത്തിൽ, ആത്മകഥാസാഹിത്യം മലയാളത്തിൽ* (സാഹിത്യചരിത്രം), *ഗവേഷണ രീതിശാസ്ത്രം, മലയാളം ക്ലാസിക് ഭാഷ പഴക്കവും വ്യക്തിത്വവും, രാമചരിതപഠനത്തിനൊരാമുഖം, ഭാഷാസാഹിത്യപ്രബോധനം* (പഠനം), *ശ്രേഷ്ഠഭാഷമലയാളം, കേരളസംസ്കാര ധാരകൾ, ഭാഷാചരിത്രധാരകൾ, കൊടുങ്ങല്ലൂർ ചെറിയ കൊച്ചുണ്ണിത്തമ്പുരാൻ* (ജീവചരിതം), *പ്രാചീനമലയാള മാതൃകകൾ പാഠവും പഠനവും, മലയാള ഭാഷാ ചരിത്രം- സമ്പാദനം, മലയാള സാഹിത്യ ചരിത്രം വാല്യം 1 എഡിറ്റർ, കേരളപാണിനീയം (1896) പ്രവേശിക, Early Middle Malayalam, Index of Rama-caritam.*

ഭാര്യ : ജലജാ ഗോപാലകൃഷ്ണൻ
മക്കൾ : ഹരികൃഷ്ണൻ, ഉണ്ണികൃഷ്ണൻ
വിലാസം : കൈരളി, കാര്യവട്ടം പി ഒ
തിരുവനന്തപുരം 695 581

# ഉള്ളടക്കം

# പ്രസാധകക്കുറിപ്പ്

**ഭാ**ഷാ സംസ്കാരത്തിന്റെ പ്രാചീനവും കാലികവുമായ അടയാളമാണ്. മനുഷ്യാദ്ധ്വാനവും ഉല്പാദന ഉപാധികളി ലുണ്ടാകുന്ന മാറ്റങ്ങളുമാണ് ഭാഷയുടെ വളർച്ചയ്ക്ക് ആധാരം. കേരളീയരെ ഒറ്റ ജനതയായി നിലനിർത്തുന്ന തിൽ മലയാള ഭാഷയ്ക്കുള്ള പങ്ക് വലുതാണ്. മലയാള ഭാഷയുടെ പ്രാചീനത സംബന്ധിച്ച് ഒട്ടേറെ പഠനങ്ങൾ നടന്നു. പഠനങ്ങൾ കണക്കിലെടുത്താണ് മലയാളത്തിന് ശ്രേഷ്ഠഭാഷാ പദവി ലഭിച്ചത്. അതിനുവേണ്ടി യത്നിച്ച വരിൽ പ്രധാനിയാണ് ഡോ. നടുവട്ടം ഗോപാലകൃഷ്ണൻ. മലയാള ഭാഷയെ സംബന്ധിച്ച് പല കാലങ്ങളിലായി നട ത്തിയിട്ടുള്ള പഠനങ്ങളാണ് ഈ പുസ്തകത്തിൽ ഉൾപ്പെ ടുത്തിയിരിക്കുന്നത്. മലയാളഭാഷയെപ്പറ്റി പഠിക്കുന്ന വർക്കും വിജ്ഞാനം തേടുന്ന ഏവർക്കും ഈ പുസ്തകം സഹായകരമായിരിക്കും.

**ചിന്ത പബ്ലിഷേഴ്സ്**

# ആമുഖം

ദൃശ്യശ്രാവ്യ മാധ്യമങ്ങൾ, പത്രമാസികകൾ എന്നിവയ്ക്കുവേണ്ടി പലപ്പോഴായി തയ്യാറാക്കിയ 15 ചെറുതും വലുതുമായ ലേഖനങ്ങളുടെ സമാഹാരമാണ് ഈ ഗ്രന്ഥം. ലിപി, ഉച്ചാരണം, പദശുദ്ധി, വാക്യശുദ്ധി എന്നിവയെപ്പറ്റിയാണ് ഇതിലെ ലേഖനങ്ങൾ. ഭരണഭാഷയുമായി ബന്ധ പ്പെട്ട ചില മീറ്റിങ്ങുകളിൽ പങ്കെടുത്തതിന്റെ ഫലമായി രൂപംകൊണ്ട ഒന്നു രണ്ടു ലേഖനങ്ങളും കൂട്ടത്തിലുണ്ട്. ഭാഷ നമ്മുടെ ശ്രേയസ്സാണ്. അതിലേക്കൊരു കൈവിളക്കാകട്ടെ ഈ ലേഖനസമാഹാരം.

ഈ ഗ്രന്ഥരചനയ്ക്കു താഴെപ്പറയുന്ന കൃതികൾ ഞാൻ ഉപയോ ഗിച്ചിട്ടുണ്ട്.

1. കേരളപാണിനീയം
2. പ്രയോഗദീപിക– പി കെ നാരായണപിള്ള
3. മലയാള ശൈലി– കുട്ടിക്കൃഷ്ണമാരാര്
4. നല്ലഭാഷ– പ്രൊഫ. പന്മന രാമചന്ദ്രൻ നായർ
5. അപശബ്ദശോധിനി– കെ എൻ ഗോപാലപിള്ള

ഗ്രന്ഥകർത്താവ്

# ഭരണഭാഷ: അകവും പുറവും

**ഇം**ഗ്ലീഷുകാർ ഇന്ത്യ ഭരിച്ചത് ഇംഗ്ലീഷ് ഭാഷയിലൂടെയാണ്. ഇംഗ്ലീഷ് പഠിക്കാൻ ഏറെ സൗകര്യങ്ങളൊന്നും ഇല്ലാതിരുന്ന അക്കാലത്ത് ധനാഢ്യർക്കുമാത്രമേ ദൂരദേശങ്ങളിൽ പോയി ഇംഗ്ലീഷ് പഠിക്കാൻ സാധിച്ചിരുന്നുള്ളൂ. അങ്ങനെ വിദ്യാഭ്യാസം നേടിയ ഒരു ന്യൂനപക്ഷം ഇംഗ്ലീഷ് മേധാവിത്തത്തിന്റെ വിനീതദാസന്മാരായി മഹാഭൂരിപക്ഷത്തെ ഭരിച്ചു. ഇതിലൂടെ മായ്ച്ചാലും മായാത്ത ഒരടിമ മനോഭാവം ഭാരതീയരിൽ കുത്തിവെക്കാൻ മെക്കാളെ പ്രചാരത്തിലാക്കിയ ഇംഗ്ലീഷ് വിദ്യാഭ്യാസത്തിനു സാധിച്ചു. ഭാഷാസ്വാതന്ത്ര്യം രാഷ്ട്രീയ സ്വാതന്ത്ര്യം തന്നെയാണെന്ന തിരിച്ചറിവ് ഉണ്ടായപ്പോഴേക്കും ഇംഗ്ലീഷ് ഭാഷയുടെ അധിനിവേശം ജീവിതത്തിന്റെ എല്ലാ തലങ്ങളിലേക്കും വ്യാപിച്ചു കഴിഞ്ഞിരുന്നു. സ്വാതന്ത്ര്യാനന്തരകാലത്ത് ഇംഗ്ലീഷിന്റെ നീരാളിപ്പിടിത്തം കൂടിയതല്ലാതെ കുറഞ്ഞില്ല. നിയമനിർമ്മാണത്തിലെ അപര്യാപ്തതകളും രാഷ്ട്രീയമായ അനിശ്ചിതത്വവും ഇച്ഛാശക്തിയില്ലായ്മയുംകൊണ്ട് കൊളോണിയൽ മാതൃകകൾക്ക് പ്രാമുഖ്യമേറുന്ന പ്രതിഭാസമാണ് കേരളത്തിൽ നിലനില്ക്കുന്നത്.

പിറവിതൊട്ടേ ഇംഗ്ലീഷ് മാദ്ധ്യമത്തിൽ പഠിച്ച് ഉദ്യോഗത്തിൽ പ്രവേശിച്ചവരാണ് കേരളത്തിലെ ഉദ്യോഗസ്ഥരിൽ നല്ലൊരുപങ്കും. സംസാരഭാഷയെന്ന നിലയ്ക്കുമാത്രമേ മാതൃഭാഷയെ അവർ പരിഗണിക്കുന്നുള്ളൂ. നിവൃത്തിയുണ്ടെങ്കിൽ മലയാളത്തിൽ സംസാരിക്കാതിരിക്കാൻ നോക്കും. നാലാള് കൂടുന്നിടത്ത് ഇംഗ്ലീഷിൽ സംസാരിക്കുന്നത് മാന്യതയായി അവർ കാണുന്നു. സ്വന്തംപേരും വീട്ടുപേരും ആംഗലവാണിയിൽ എഴുതി മേനി നടിക്കുന്നു. ഈ വിധം വികലമായ ഭാഷാബോധം പുലർത്തുന്നവരെക്കൊണ്ടു നിറഞ്ഞ ഭരണനിർവ്വഹണരംഗത്ത് ഭരണ

ഭാഷയായി മലയാളത്തെ കൊണ്ടുവരാൻ ധാരാളം വിയർപ്പൊഴുക്കേണ്ടി വരുന്നു. ഇംഗ്ലീഷ് മീഡിയം സ്കൂളുകൾ, പ്ലേസ്കൂളുകൾ, നഴ്സറി സ്കൂളുകൾ, സ്വാശ്രയ മെഡിക്കൽ, എഞ്ചിനീയറിങ്, ആർട്സ് കോളേ ജുകൾ തുടങ്ങിയവ നടത്തുന്ന ലോബികൾ ഭാഷാ പരിഷ്കരണ സംരം ഭങ്ങളെ അട്ടിമറിക്കാൻ ജാഗരൂകരായിട്ടുണ്ട്. കോടതിയിൽ ചോദ്യം ചെയ്തും രാഷ്ട്രീയമായ കുത്തിത്തിരിപ്പുകൾ നടത്തിയും ഭാഷയുടെ വ്യാപനത്തെയും ഉപയോഗത്തെയും തടസ്സപ്പെടുത്തുന്ന ലോബികൾ കേരളത്തിൽ ധാരാളമുണ്ട്. കേരള നിയമസഭ ഐകകണ്ഠ്യേന പാസാ ക്കിയ മലയാള ഭാഷാ ആക്ട് യാതൊരു കാരണവശാലും നടപ്പാക്കരു തെന്നുവെച്ച് രാഷ്ട്രപതിഭവനിലേക്കയച്ചിട്ട് സെക്രട്ടറിയേറ്റിലെ നിയമവ കുപ്പും ഭരണപരിഷ്കാരവകുപ്പും മഹാഭൂരിപക്ഷം മലയാളികളുടെയും മുഖത്തുനോക്കി കോക്രി കുത്തുന്നു. എത്രനാൾ ഈ കള്ളക്കളികൾ നിലനില്ക്കും? എല്ലാത്തിനും ഒരവസാന തീർപ്പുണ്ടാക്കാതെ വയ്യല്ലോ. ഇന്നല്ലെങ്കിൽ നാളെ എല്ലാ കെട്ടുപാടുകളും പൊട്ടിച്ചുകൊണ്ട് തുഞ്ചലാ ളിതയായ ശാരികപ്പൈതൽ ചിറകുവിരിച്ച് ഉയരുക തന്നെ ചെയ്യും.

ഭിന്നഗോത്രങ്ങളിൽപ്പെട്ട ഭാഷകളാണ് ഇംഗ്ലീഷും മലയാളവും. വാക്യ ത്തിലെ പദക്രമത്തിനും വ്യാകരണത്തിനും വ്യത്യാസമുള്ളതിനാൽ ഈ രണ്ടു ഭാഷകൾക്കും പൊരുത്തപ്പെടാൻ കഴിയുന്ന വ്യവഹാരതലങ്ങൾ അധികമില്ല. ഇംഗ്ലീഷും മലയാളവും ഇടകലർത്തി സംസാരിക്കുമെങ്കിലും ലിഖിതഭാഷയിലേക്കു വരുമ്പോൾ പരിമിതികൾ ഏറെയാണ്. ഇംഗ്ലീ ഷിന്റെ വ്യാകരണബദ്ധമായ പ്രയോഗങ്ങൾ ഭാഷാശൈലിക്കു സംവഹി ക്കാനാവില്ല. സംസ്കൃതവുമായുള്ള ബന്ധത്തിന് നൂറ്റാണ്ടുകളുടെ പഴ ക്കമുള്ളതിനാൽ സംസ്കൃതരീതിക്കുള്ള പ്രയോഗങ്ങൾ വലിയൊരളവിൽ മലയാളമായിക്കഴിഞ്ഞിട്ടുണ്ട്. ഇംഗ്ലീഷിന്റെ അവസ്ഥ അതല്ല. ഇംഗ്ലീഷ് സ്വനലിപിയും മലയാളം അക്ഷരലിപിയും പിന്തുടരുന്ന ഭാഷകളായതി നാൽ ഉച്ചാരണത്തിലും സന്ധികാര്യത്തിലും അസമാനതകൾ ധാരാളം. ഇവിടെ സ്വീകരിക്കാവുന്ന മദ്ധ്യമാർഗ്ഗം ഏതു ഭാഷയിലെ വാക്കുകളും ശൈലികളും സ്വീകരിച്ചാലും ഭാഷാനിയമമനുസരിച്ചായിരിക്കണം പ്രയോ ഗം. അതനുസരിച്ച് ഭരണ അദ്ധ്യയന ഭാഷകളെ സജ്ജീകരിച്ചെടുക്കാ നുള്ള സംരംഭങ്ങൾ ഏറെക്കാലമായി നടന്നുവരുന്നു. അധീനഭാഷ ഇംഗ്ലീ ഷായതിനാൽ ഇംഗ്ലീഷ് രീതിയിലുള്ള ഓഫീസ് നടപടികളും അദ്ധ്യയന രീതികളുമാണ് കേരളം ഉൾപ്പെടെയുള്ള ഇന്ത്യൻ സ്റ്റേറ്റുകളിൽ നൂറ്റമ്പതു വർഷത്തിലേറെയായി നിലനില്ക്കുന്നത്. നാട്ടുരാജ്യങ്ങളിൽ അതാതു ദേശഭാഷകളിൽ ഭരണപരമായ നടപടിക്രമങ്ങൾ ഉണ്ടായിരുന്നെങ്കിലും ഇംഗ്ലീഷ് മോഡലിലേക്ക് ഭരണവും വിദ്യാഭ്യാസവും മാറിയ ചരിത്രമാണ് കാണുന്നത്

സ്വാതന്ത്ര്യാനന്തര കാലഘട്ടത്തിൽ കേരളമൊഴിച്ചുള്ള സ്റ്റേറ്റുകളിൽ ദേശ ഭാഷകൾക്ക് സർവ്വാംഗീണമായ അധീശത്വം കൈവന്നു. കേരള ത്തിലും ഭരണ അദ്ധ്യയനമാദ്ധ്യമമെന്ന നിലയിൽ ദേശഭാഷയെ പ്രതിഷ്

റിക്കാൻ നിയമനിർമ്മാണങ്ങൾ ധാരാളം ഉണ്ടായെങ്കിലും പ്രതീക്ഷിച്ച വിധത്തിലുള്ള പുരോഗതി ഉണ്ടായില്ല. ഇതിനു പ്രധാന കാരണം ജനങ്ങളുടെ ഭാഗത്തുനിന്നുള്ള ഉദാസീനതയാണ്. പ്ലേസ്കൂൾ മുതല്ക്കേ ഇംഗ്ലീഷിൽ അദ്ധ്യയനം നടത്തി ഉദ്യോഗത്തിലെത്തുന്ന ഒരാൾക്ക് യൂറോപ്യൻ മോഡലുകളോടാണ് പ്രിയമേറുകയെന്നത് പരസ്യമായ രഹസ്യമാണ്. നൂറ്റാണ്ടുകളിലൂടെ പകർന്നുകിട്ടിയ സംസ്കാരത്തെയും വ്യക്തിബന്ധങ്ങളെയും നിലനിർത്തേണ്ടത് ഏതു സമൂഹത്തിന്റെയും ധർമ്മമാണെന്ന ചിന്താഗതിയാണ് അവനവന്റെ ഭാഷയെ സമുദ്ധരിക്കാനുള്ള നീക്കങ്ങൾക്കു പിന്നിലുള്ള ചോദന.

## ലിപി വിന്യാസം

ഭരണഭാഷ അഭിമുഖീകരിക്കുന്ന വെല്ലുവിളികളിൽ ഒന്ന് ലിപിവിന്യാസമാണ്. ഇംഗ്ലീഷ് പ്രയോഗത്തിലാണ് ഇത് കൂടുതൽ കാണുന്നത്. ഉച്ചാരണത്തിലും എഴുത്തിലും ഇംഗ്ലീഷ് സൃഷ്ടിച്ച ചില അനാശാസ്യവഴക്കങ്ങൾ തിരിച്ചറിയേണ്ടതുണ്ട്. പേരിന്റെ ഇനിഷ്യലുകളിൽ അനാവശ്യമായ ദീർഘിക്കൽ വരുത്തുന്നത് ഒരു ഉദാഹരണം. എ ആർ രാജരാജവർമ്മ, ഇ എം എസ്, എ പി ജെ അബ്ദുൾകലാം എന്നീ പേരുകളിലെ 'എ' കാര 'ഈ' കാരങ്ങൾ നോക്കുക. വ്യഞ്ജനാക്ഷരങ്ങൾ ഇനിഷ്യലായി വരുന്നിടത്ത് ദീർഘിക്കലിനു പകരം ഇരട്ടിപ്പ് കാണുന്നു. എസ്സ് ശ്രീകുമാർ, ബി എച്ച് കൃഷ്ണമൂർത്തി, വി എസ് അച്യുതാനന്ദൻ എന്നീ പേരുകളിലെ ഇനിഷ്യലുകൾ ഇരട്ടിക്കേണ്ട ആവശ്യമെങ്കിലും ഇരട്ടിക്കുന്ന പ്രവണത ഇംഗ്ലീഷ് ഭാഷ തന്നതാണ്.

ഇംഗ്ലീഷിലെ nt, nd എന്നിവയ്ക്ക് മുറയ്ക്ക് വരേണ്ട ന്റ് - ൻഡ് കൂട്ടക്ഷരങ്ങൾ അങ്ങോട്ടുമിങ്ങോട്ടും മാറ്റുന്ന പ്രവണതയുണ്ട്. പ്രസിഡന്റ്, ഗവൺമെന്റ്, സ്റ്റാൻഡ്, ആന്റ്, സെക്കൻഡറി എന്നീ വാക്കുകളിലെ ന്റ്, ൻഡ്കൾ നോക്കുക. പ്രസിഡണ്ട്, ഗവൺമെണ്ട്, സ്റ്റാഫ് സെക്രട്ടറി എന്നിവ അനാവശ്യം തന്നെ. ഇന്ത്യ, ഇൻഡ്യ, ഇൻദ്യ എന്നിവയിൽ ഇന്ത്യക്കാണ് പ്രചാരം. വ്യവഹാര ഭാഷയിൽ ഇവയ്ക്ക് നിയതത്വം അനുശാസിക്കാനാവില്ല. ഉച്ചാരണവൈവിദ്ധ്യമുള്ള വാക്കുകൾക്ക് ഒരംഗീകൃത ലിപിവിന്യാസം നിർദ്ദേശിക്കുന്ന മാർഗ്ഗരേഖകൾ ഉണ്ടാകണം.

ing - യിൽ അവസാനിക്കുന്ന ഇംഗ്ലീഷ് വാക്കുകൾ പലവിധത്തിൽ മലയാളത്തിൽ എഴുതിക്കാണുന്നു.

drawing - ഡ്രോയിംഗ്, ഡ്രോയിങ്, ഡ്രോയിങ്ങ്

going - ഗോയിംഗ്, ഗോയിങ്ങ്

enginerring - എഞ്ചിനീയറിംഗ്, എഞ്ചിനീയറിങ്ങ്, എൻജിനീയറിങ്ങ്

ng യ്ക്കു ഒറ്റ ങ കാരം മതിയാകും. പദനടുവിൽ വരുന്ന - ng - ൻജ എന്ന് ഉച്ചരിക്കുകയും എഴുതുകയും ചെയ്യുന്നത് നന്ന്. ഉദാ: എൻജിനീയർ, എൻജിൻ. എഞ്ചിനീയർ, എഞ്ചിൻ എന്നിങ്ങനെ എഴുതുമ്പോൾ

- nch യുടെ ഉച്ചാരണമാണുള്ളത് - nch പദമദ്ധ്യത്തിൽ വരുന്ന ആംഗലേയ വാക്കുകൾക്ക് - ഞ്ചയാണ് യോജിച്ച ഉച്ചാരണം. ഉദാ: ബെഞ്ച്, ഇഞ്ച്. സ്വനലിപിയാണ് ഇംഗ്ലീഷിനുള്ളത്. അതിനാൽ ഇംഗ്ലീഷ് വാക്കുകളുടെ ഉച്ചാരണത്തിൽ മാനകീകരണം പ്രയാസം തന്നെ. എന്തായാലും ഒരു വാക്കുതന്നെ പല രൂപത്തിൽ പ്രത്യക്ഷപ്പെടുന്നത് നന്നല്ല. കളക്ടർ, കലക്റ്റർ, ഡയറക്ടർ, ഡയറക്റ്റർ എന്നിവ ഉദാഹരണം. കടം കൊള്ളുന്ന വാക്കുകളുടെ ലിപ്യന്തരണത്തിൽ മനകീകരണം ഉണ്ടാകേണ്ടതിന്റെ ആവശ്യകതയിലേക്ക് ഇതു വിരൽ ചൂണ്ടുന്നു. മലയാളം ഫോണ്ടുകളിൽ ലിപി വിന്യാസം സംബന്ധിച്ച ഏകീകരണം സംവിധാനം ഉണ്ടാകണം. മലയാളം ലിപി സംവിധാനം ചെയ്തിട്ടുള്ള എല്ലാ സങ്കേതങ്ങളും യോജിച്ചു നിന്നാലേ അച്ചടിയിൽ കാണുന്ന അവ്യവസ്ഥകൾ ഒഴിവാക്കാൻ കഴിയൂ.

**പദശുദ്ധി**

ഭരണത്തിൽ ജനപങ്കാളിത്തവും സാമൂഹികനീതിയും പരമാവധി ഉറപ്പാക്കാൻ സഹായിക്കുന്ന പ്രമുഖഘടകം ഭാഷാലാളിത്യമാണ്. സാധാരണജനങ്ങൾക്ക് വായിച്ചാൽ മനസ്സിലാകുന്നതായിരിക്കണം ഔദ്യോഗിക ഭാഷ. സങ്കീർണ്ണമായ വാക്യശൈലിയും അർത്ഥവ്യക്തതയില്ലാത്ത സാങ്കേതിക സംജ്ഞകളും ഒഴിവാക്കേണ്ടതാണ്. Ab initio (ആദ്യം തൊട്ട്) Ad libitum (യഥേഷ്ടം) Defacto (വാസ്തുസ്ഥിതിപ്രകാരം), Mutatis mutandis (ആവശ്യമായ മാറ്റങ്ങളോടെ), Proviso (ക്ലിപ്തനിബന്ധന), Suo Moto (സ്വേധയാ) തുടങ്ങിയ പ്രയോഗങ്ങൾ ഇംഗ്ലീഷിൽത്തന്നെ പ്രചാരലുപ്തമായെങ്കിലും നമ്മുടെ ഭരണാധികാരികൾക്കും ന്യായാധിപന്മാർക്കും അഭിഭാഷകർക്കും അവയോടുള്ള താല്പര്യത്തിന് കുറവേതുമില്ല. കാലഹരണപ്പെട്ട ഇത്തരം ശൈലികൾ നിയമഭാഷയിൽനിന്ന് ഒഴിവാക്കിക്കൂടേ?

വിവക്ഷിതമാണ് പ്രധാനം. അത് വ്യക്തമാക്കാൻ ദേശീയ പദങ്ങളോ തത്സമവാക്കുകളോ യുക്തംപോലെ ഉപയോഗിക്കണം. ആക്ട്, ബിൽ, കോഡ്, ഓർഡർ, റൂൾ, അസിസ്റ്റന്റ്, സെക്ഷൻ, ഓഫീസർ, സെക്രട്ടറി ഇത്യാദി വാക്കുകൾ ഇംഗ്ലീഷ് തത്സമങ്ങളാണെങ്കിലും മലയാളിക്ക് പ്രയോഗംകൊണ്ട് സുപരിചിതങ്ങളാണല്ലോ. ഇംഗ്ലീഷ് വാക്കുകൾക്കു പകരം തുല്യവാക്കുകൾ മലയാളത്തിലുണ്ടെങ്കിൽ അവ സ്വീകരിക്കണം. ഉദാഹരണത്തിന് recover - ന് ഈടാക്കുക, വസൂലാക്കുക എന്നിവയിൽ ഒന്നാകാം. identification, recognition എന്നീ വാക്കുകൾക്ക് പകരം തിരിച്ചറിയൽ വെക്കാം. ഇവ രണ്ടും വേർതിരിച്ചു പറയേണ്ട സന്ദർഭം വന്നാൽ അംഗീകാരമോ ശരിവയ്ക്കലോ ആക്കാം.

യൂറോപ്യൻരീതിയിലുള്ള ഓഫീസ് ചട്ടങ്ങളും മാന്വലുകളും ആവിർഭവിക്കുന്നതിനുമുമ്പ് കേരളത്തിലെ നാട്ടുരാജ്യങ്ങളിൽ കാര്യക്ഷ

മമായ ഭരണസംവിധാനം ഉണ്ടായിരുന്നതിനു തെളിവായി ധാരാളം ചട്ടവര്യോലകളും ഗ്രന്ഥവരികളും പുരാവസ്തു വകുപ്പിൽ സൂക്ഷിച്ചിട്ടുണ്ട്. അടുത്തൂൺ (പെൻഷൻ) ഇടയീട് (കാർഷികാവകാശം) ഉള്ളിരുപ്പ് (കരുതൽ ധനം) കണക്കപ്പിള്ള (അക്കൗണ്ടന്റ്) കണത്താർ (നികുതി പിരിക്കുന്ന ആൾ) ഒറ്റി, കുത്തകപാട്ടം, ആയക്കെട്ട് (റവന്യൂ തിട്ടപ്പെടുത്തൽ) കാണം (നികുതി) ഇറയിളി (ദാനവസ്തു) ദേശവാഴി, പണ്ടാരം (ട്രഷറി) പണ്ടാരവക (സർക്കാർ വക) മേലെവുത്ത് (സാക്ഷിയുടെ ഒപ്പ്) വരി (ടാക്സ്) അധികാരി (റവന്യൂ ഉദ്യോഗസ്ഥൻ) കാര്യക്കാർ (തഹസീൽദാർ), മണ്ടപത്തുംവാതുക്കൽ (താലൂക്ക്) ചേരിക്കൽ (കൊട്ടാരംവസ്തു) ചുങ്കം, തലവരി, തിരട്ട് (വാർഷികക്കണക്ക്) തീട്ടൂരം (രാജവിളംബരം) നീട്ട് (തിരുവെഴുത്ത്) പാട്ടം, മേലൊറ്റി, സർവ്വാധികാര്യക്കാർ (കളക്ടർ) എന്നിവ പഴയ പൊതു ഭരണവകുപ്പിന്റെ ബാക്കി പത്രങ്ങളാണ്.

മുകളിൽ പറഞ്ഞ സാങ്കേതികപദങ്ങളിൽ കുറേയെണ്ണം ഇന്നും ഉപയോഗത്തിലുണ്ട്. അത്യന്തവിനയവും അമിതവിധേയത്വവും ധ്വനിപ്പിക്കുന്ന ശൈലികൾക്കും ആചാരവാക്കുകൾക്കും കാലഹരണം സംഭവിച്ചിട്ടുള്ളതിനാൽ അവയെ പ്രത്യാനയിക്കാൻ തുനിയേണ്ടതില്ല.

## വാക്യവക്രത

ഭരണഭാഷയുടെ മുഖമുദ്രയായി മാറിയ പ്രതിഭാസമാണ് വാക്യദൈർഘ്യം. പല കാര്യങ്ങളും ഒന്നിച്ചുകൂടി ഒരു നീണ്ട വാക്യമാക്കി എഴുതിയാലേ ഭാഷ ഔദ്യോഗികമാകൂ എന്ന ശാഠ്യം പണ്ടെന്നപോലെ ഇപ്പോഴും ഉദ്യോഗസ്ഥർക്കിടയിൽ നിലനില്ക്കുന്നു. 2015 ലെ മലയാള ഭാഷ (വ്യാപനവും പരിപോഷണവും) ബിൽ ആരംഭിക്കുന്നത് ഇങ്ങനെയാണ്.

'പീഠിക-ഭാരതത്തിന്റെ ഭരണഘടനയ്ക്കുവിധേയമായി കേരള സംസ്ഥാനത്തിന്റെ ഔദ്യോഗിക ഭാഷയായി മലയാളത്തെ സ്വീകരിക്കുന്നതിനും എല്ലാ ഔദ്യോഗിക ആവശ്യങ്ങൾക്കും മലയാളം ഉപയോഗിക്കുന്നതിനും കേരളത്തിന്റെ സമസ്ത മേഖലകളിലും മലയാളഭാഷയുടെ ഉപയോഗം വ്യവസ്ഥ ചെയ്യുന്നതിനും മലയാളഭാഷയുടെ വളർച്ചയും പരിപോഷണവും പരിപാലനവും ഉറപ്പുവരുത്തുന്നതിനും അതുമായി ബന്ധപ്പെട്ടതോ അതിന് ആനുഷംഗികമായതോ ആയ കാര്യങ്ങൾക്കും വേണ്ടി വ്യവസ്ഥ ചെയ്യുന്നത് യുക്തമാക്കയാൽ.

ഭാരത റിപ്പബ്ലിക്കിന്റെ അറുപത്തിയാറാം സംവത്സരത്തിൽ താഴെപ്പറയും പ്രകാരം നിയമമുണ്ടാക്കുന്നു.'

ഈ വാക്യം ഇത്ര വലുതായത് ഇംഗ്ലീഷ് മാതൃക പിന്തുടരാനുള്ള ശ്രമത്തിന്റെ ഫലമായാണ്. പ്രസ്തുത വാക്യം താഴെപ്പറയും പ്രകാരം തിരുത്തി നോക്കുക.

'ഭാരതത്തിന്റെ ഭരണഘടനയ്ക്കു വിധേയമായി കേരള സംസ്ഥാന

ത്തിന്റെ ഔദ്യോഗിക ഭാഷയായി മലയാളത്തെ സ്വീകരിക്കാനും സമസ്ത മേഖലകളിലും മലയാളഭാഷയുടെ ഉപയോഗം ഉറപ്പാക്കാനും ഭാഷാപോഷണത്തിനുംവേണ്ടി ഭാരത റിപ്പബ്ലിക്കിന്റെ അറുപത്തിരണ്ടാം വർഷത്തിൽ താഴെപ്പറയും പ്രകാരം നിയമമുണ്ടാകുന്നു.'

ഇംഗ്ലീഷിലുള്ള ആക്ടുകളുടെയും ചട്ടങ്ങളുടെയും വിവർത്തനം കൊണ്ട് മലയാളം ഔദ്യോഗിക ഭാഷയാകുമോ? മലയാളത്തിലിറങ്ങിയിട്ടുള്ള ഔദ്യോഗികക്കുറിപ്പുകളിലൊന്നും മലയാളത്തിന്റെ സ്വാഭാവിക ശൈലിയില്ല. കൃത്രിമവും ജടിലവുമാണ് ഔദ്യോഗിക ഭാഷാശൈലി. വെയ്ക്കേണ്ടതും, ചെയ്യുന്ന പക്ഷം, ഇല്ലാതിരിക്കുകയോ ഉണ്ടായിരിക്കുകയോ, ചെയ്യുന്നതിലേക്ക് തുടങ്ങിയ പദാവലികൾ ഉത്തരവുകളിൽ സ്ഥാനം പിടിച്ചിട്ടുണ്ട്. കൂട്ടാനിലെ ചൊറിയുന്ന ചേനക്കഷണങ്ങൾപോലെ അരോചകങ്ങളാണ് ഇവ. ഇംഗ്ലീഷിന്റെ അരികുപിടിച്ചല്ല മലയാളത്തെ അവരോധിക്കേണ്ടത്. ഇംഗ്ലീഷിൽ എങ്ങനെയോ അതുപോലെ പദക്രമവും വാക്യക്രമവും വരുത്തണമെന്ന വഴക്കം ഉദ്യോഗസ്ഥർ ഉപേക്ഷിക്കണം. വാക്യവക്രതയ്ക്ക് ഒരു ഉദാഹരണമായി 2015 ലെ മലയാള ഭാഷ ബില്ലിലെ അദ്ധ്യായം VI ഉപവിഭാഗം (2) ഉദ്ധരിക്കുന്നു.

'വൈഷമ്യങ്ങൾ നീക്കം ചെയ്യുന്നതിനുള്ള അധികാരം (1) ഈ ആക്ടിലെ വ്യവസ്ഥകൾ നടപ്പിലാക്കുന്നതിൽ എന്തെങ്കിലും വൈഷമ്യങ്ങൾ ഉണ്ടാകുന്ന പക്ഷം സർക്കാരിന്, ഗസറ്റിൽ വിജ്ഞാപനം ചെയ്ത ഉത്തരവുവഴി അങ്ങനെയുള്ള വൈഷമ്യം നീക്കം ചെയ്യുന്നതിലേക്ക് ആവശ്യമെന്നോ അതിന് തോന്നുന്നതും ഈ ആക്ടിലെ വ്യവസ്ഥകൾക്ക് വിരുദ്ധമല്ലാത്തതുമായ വ്യവസ്ഥകൾ ഉണ്ടാക്കാവുന്നതാണ്.'

'എന്നാൽ അങ്ങനെയുള്ള യാതൊരു ഉത്തരവും ഈ ആക്ടിന്റെ പ്രാരംഭതീയതി മുതൽ രണ്ടു വർഷക്കാലത്തിനുശേഷം പുറപ്പെടുവിക്കാൻ പാടുള്ളതല്ല.'

നേരെ ചൊവ്വേ ഒരർത്ഥവും ഈ വാക്യത്തിൽനിന്നു ലഭിക്കില്ല. വൈഷമ്യങ്ങൾ നീക്കം ചെയ്യാനുള്ള അധികാരം ഗവൺമെന്റിന് ഉണ്ടെന്നതാണ് വാക്യപ്പൊരുൾ. അത് മനസ്സിലാവുന്ന രീതിയിൽ പറയാതെ മനുഷ്യനെ വട്ടം ചുറ്റിച്ചിരിക്കുന്നു. ആക്ടിലെ വാക്യം താഴെപ്പറയും പ്രകാരമായാൽ സാധാരണക്കാരനു വ്യക്തമാകും.

'ഈ ആക്ടിലെ വ്യവസ്ഥകൾ നടപ്പിലാക്കുന്നതിൽ എന്തെങ്കിലും വൈഷമ്യങ്ങൾ ഉണ്ടാകുന്നപക്ഷം, ആക്ടിലെ വ്യവസ്ഥകൾക്കു വിരുദ്ധമല്ലാത്ത വിധത്തിൽ അത് നീക്കാനുള്ള വ്യവസ്ഥകൾ ഗസറ്റു വിജ്ഞാപനം വഴി ഉണ്ടാക്കാവുന്നതാണ്.'

സാധാരണ ജനങ്ങൾക്കു മനസ്സിലാകുന്ന രീതിയിൽ ഭാഷ പ്രയോഗിക്കണം. നോട്ടുകൾ മലയാളത്തിൽ എഴുതുകയും കത്തിടപാടുകൾ മലയാളത്തിലാക്കുകയുമാണല്ലോ ഔദ്യോഗികഭാഷ മലയാളത്തിലാക്കുന്നതിന്റെ അടിസ്ഥാന ലക്ഷ്യം. ഈ ലക്ഷ്യം പൂർണ്ണമായും പ്രാപ്യമായിട്ടില്ല. താഴേത്തട്ടിൽ നോട്ട് മലയാളത്തിലെഴുതിയാലും മുകളിലോട്ടു ചെല്ലു

ന്തോറും ഭാഷമാറിപ്പോകുന്ന അനുഭവം ഇന്നും ഉണ്ട്. നോട്ടുകളും ഉത്ത രവുകളും പദാനുപദതർജ്ജമയാകാതിരിക്കാൻ കരുതൽ വേണം. അസ്വാ രസ്യം ഉളവാക്കുന്നതാണ് പുതുപദസൃഷ്ടികളെങ്കിൽ തത്സമങ്ങളെ ആശ്ര യിക്കുക. ആവശ്യമില്ലാത്ത കാര്യങ്ങൾക്കുപോലും ഇംഗ്ലീഷിനോടു വിധേ യത്വം കാട്ടുന്ന മനോഭാവം മാറണം. മലയാളത്തിലുള്ള ഫാറങ്ങൾ ഇംഗ്ലീ ഷിൽ പൂരിപ്പിക്കുന്നത് എത്ര അപഹാസ്യമാണ്! മാതൃഭാഷ നമ്മുടെ ശ്രേയസ്സാണ്. എവിടെ ആത്മാർത്ഥതയുണ്ടോ അവിടെ കാര്യങ്ങൾ ഭംഗി യായി നടക്കും.

# ഹരിശ്രീ ഗണപതയേനമഃ

**ഭാ**ഷാശുദ്ധിയെക്കുറിച്ചുള്ള ചർച്ചകൾക്ക് തുടക്കം കുറിച്ചത് *ലീലാ തിലകകാരനാണെങ്കിലും* ഗൗരവപൂർവ്വം ആ വിഷയം കൈകാര്യം ചെയ്ത പ്രഥമ വൈയാകരണൻ എ ആർ രാജരാജവർമ്മയാണ്. സംസ്കൃ തത്തിന്റേയും മൂലദ്രാവിഡഭാഷയുടേയും ധാരാളം സവിശേഷതകൾ പുലർത്തുന്ന ഭാഷയാണ് മലയാളം. *ലീലാതിലകകാരനും* കേരളപാ ണിനിയും അവരവരുടെ കാലത്ത് ഭാഷയിൽ കണ്ട വികലപ്രയോഗ ങ്ങൾക്ക് തടയിടാനാണ് ശ്രമിച്ചത്. അന്ന് അവർക്ക് വായ്മൊഴി, വരമൊഴി തലങ്ങളിൽ സംഭവിക്കുന്ന വൈകല്യങ്ങൾ മാത്രം ശ്രദ്ധിച്ചാൽ മതി യായിരുന്നു. ഇന്നത്തെ സ്ഥിതി അതല്ല. ടെലിവിഷൻ, റേഡിയോ, സിനിമ, മറ്റു മാദ്ധ്യമങ്ങൾ എന്നിവയിലൂടെ ഭാഷ കാണക്കാണെ കേൾക്ക ക്കേൾക്ക വികലമായിക്കൊണ്ടിരിക്കുന്നു. ലിപി വിന്യാസം, ഉച്ചാരണം എന്നിവയ്ക്കും ഭാഷയെ വികൃതമാക്കുന്നതിൽ ഗണ്യമായ പങ്കുണ്ട്.

## പ്രസക്തമെന്നു കണ്ടവയിൽ ചിലത് താഴെക്കൊടുക്കുന്നു –

1.  ഇടതുപക്ഷവും വലതുപക്ഷവും നമുക്കന്യമല്ല. ഇടത്, വലത് എന്നീ വാക്കുകൾക്ക് പ്രചുരപ്രചാരം ഉണ്ടെങ്കിലും വ്യാകരണപരമായി ആ വാക്കുകൾ ശരിയല്ല. ഇടം, വലം എന്നീ വാക്കുകളോട് ആധാരിക യുടെ അർത്ഥമുള്ള അത്ത് ചേരുമ്പോൾ ഇടത്ത്, വലത്ത് എന്നീ രൂപങ്ങളാണ് ഉണ്ടാകുന്നത്. ഇടം + അത്, വലം + അത് സന്ധി ചെയ്താൽ ഇടത്, വലത് പദങ്ങൾ ഉണ്ടാകില്ല. ഇടതുപക്ഷവും വല തുപക്ഷവും ഇടത്തു പക്ഷവും വലത്തു പക്ഷവും ആകുന്നതാണ് ഭാഷയ്ക്കു നല്ലത്. ഈ പക്ഷക്കാർക്ക് പ്രിയപ്പെട്ട വാക്കാണ് 'ആധി പത്യം'. 'ആധിപത്യത്തിൻ കീഴിൽ' എന്ന് രണ്ടുപക്ഷവും പ്രസംഗ

വേദികളിൽ കസറാറുണ്ടല്ലോ. ഈ പ്രയോഗത്തിൽ ഒരു ഭാഷാവൈകല്യം ഉണ്ട്. ആരും ശ്രദ്ധിക്കാറില്ലെന്നു മാത്രം. 'ആധിപത്യത്തിൽ' എന്ന പ്രയോഗത്തിൽ തന്നെ 'കീഴിൽ' എന്ന വാക്കിന്റെ വിവക്ഷിതാർത്ഥം ഉള്ളതിനാൽ 'ആധിപത്യത്തിൻ കീഴിൽ' എന്നത് ഒരു വിലക്ഷണപ്രയോഗമാണ്.

2. യേശുക്രിസ്തുവിന്റെ ഉയിർത്തെഴുന്നേല്പ് മിക്കസഭാദ്ധ്യക്ഷമാർക്കും സാധാരണക്കാർക്കും ഉയർത്തെഴുന്നേല്പാണ്. ഉയിർത്തെഴുന്നേല്പാകുന്നതാണ് നല്ല മലയാളം. ഉയിർത്ത് എഴുന്നേല്ക്കുകയെന്നാൽ ജീവിച്ച് എഴുന്നേല്ക്കുക എന്നർത്ഥം. അതുപോലെ കൃസ്തു എന്ന് ഉച്ചരിക്കപ്പെടുന്ന വാക്ക് ക്രിസ്തു എന്ന് എഴുതുന്നതും ശരിയല്ല. ക്രിസ്തു എന്നു പറയാനും വിഷമമാണ്. കൃസ്തുവാണ് നല്ല മലയാളം. 'ക്രൈസ്റ്റ്' എന്ന ആംഗലവാക്കിന്റെ മലയാളരൂപാന്തരമാണ് ക്രിസ്തുവെങ്കിലും ആ വാക്കിലെ ക്രി-മലയാളിയുടെ നാവിൽ 'കൃ' ആയേ വഴങ്ങുകയുള്ളൂ. എങ്കിൽപ്പിന്നെ പറയുന്നതുപോലെ 'കൃസ്തു' എന്ന് എഴുതിക്കൂടേ?

3. ഹരിശ്രീ ഗണപതയേ നമഃ എന്നെഴുതിച്ചാണ് മലയാളികൾ വിദ്യാരംഭം കുറിക്കുന്നത്. സംസ്കൃതഭാഷ മലയാളത്തിന് അന്യമല്ല. അതിലെ ധാരാളം വാക്കുകളും സ്തുതികളും ആപ്തവാക്യങ്ങളും മലയാളി ദിവസവും വ്യവഹാരങ്ങളിൽ ഉപയോഗിക്കാറുണ്ട്. അവിഘ്നമസ്തുഃ, ഗുരവേനമഃ, ശുഭം ഭവതുഃ എന്നിങ്ങനെ പലതും നമുക്കു പരിചിതമാണല്ലോ. എന്നാൽ 'ഗണപതയേ നമഃ' മിക്കവർക്കും 'ഗണപതായേ നമ' ആണ്. എന്തിനാണീ നീട്ടൽ? ഗീതഗോവിന്ദത്തെ ഗീതാഗോവിന്ദമാക്കിയാലേ ചിലർക്കു തൃപ്തിയാകൂ. ചുമതലബോധം ചുമതലാബോധമാക്കുന്നവർ ധാരാളം. ജാത്യഭിമാനം ഉള്ളവർ ദയവുചെയ്തു ജാത്യാഭിമാനം എന്നു പറയരുത്. ബഹുഭാര്യാത്വശീലമുള്ളവരും ഓർക്കുക ബഹുഭാര്യാത്വത്തിലെ ദീർഘം അനാവശ്യമാണെന്ന്. വളർച്ചാനിരക്കും ഒഴിവാക്കേണ്ടതാണ്. 'വളർച്ചനിരക്കു' തന്നെ ധാരാളം.

4. തോന്നിയപോലെ വസിക്കുന്നതാണ് തോന്നിയവാസം. അതിനെ സംസ്കൃതീകരിച്ച് തോന്ന്യാസമാക്കുന്നതും തോന്ന്യവാസമാക്കുന്നതും ഭംഗിയല്ല. താന്തോന്നിത്തംപോലെ ആവശ്യമുള്ളിടത്ത് 'തോന്നിയവാസം' എന്ന വാക്ക് ഉപയോഗിക്കുക. തോന്ന്യാസവും, തോന്ന്യവാസവും നന്നല്ല. കുറ്റം ചെയ്യാത്തവൾ നിരപരാധയാണ്. നിരപരാധിനിയല്ല. കുറ്റം ചെയ്യാത്തവൻ സ്വാഭാവികമായും നിരപരാധൻ ആണ്. രണ്ടുകൂട്ടരേയും കുറിക്കാൻ 'നിരപരാധി' എന്ന് ഇപ്പോൾ പ്രയോഗിക്കുന്നുണ്ട്. നിർഭാഗ്യനും, നിർഭാഗ്യയും സാധുരൂപങ്ങളാണ്. അതിന്റെ സ്ഥാനത്ത് നിർഭാഗ്യവാനും നിർഭാഗ്യവതിയും വരുന്നത് ശരിയല്ല.

5. കുരുത്തം കെട്ടവരും കുരുത്വം കെട്ടവരും നമ്മുടെ ഇടയിൽ ധാരാളമുണ്ടെങ്കിലും ഭാഷാശൈലിക്കു യുക്തം കുരുത്തംകെട്ട എന്ന പ്രയോഗമാണ്. സംസ്കൃതത്തിലെ ഗുരുത്വമാണ് മലയാളത്തിൽ കുരുത്തം ആയത്. ചിലർ സംസ്കൃതവാക്കിനനുസരിച്ച് കുരുത്വം എന്നും പറയാറുണ്ട്. നല്ല മലയാളം കുരുത്തമാണ്. 'ത്വം' സംസ്കൃതപദത്തിനും 'ത്തം' മലയാളത്തിനുമുള്ള തന്മാത്രതദ്ധിത പ്രത്യയമാണ്. താന്തോന്നിത്തത്തെ താന്തോന്നിത്വം ആക്കുന്നതും കുരുത്വക്കേടുപോലെ വികലപ്രയോഗമാണ്.

6. കണ്ടുപിടിത്തം കണ്ടുപിടുത്തമാണ് ഭൂരിപക്ഷത്തിനും, പിടുത്തമല്ല പിടിത്തമാണ് ശരി. പിടിക്കുക എന്ന ക്രിയയുടെ നാമമാണ് 'പിടിത്തം'. മൂലദ്രാവിഡഭാഷയിലെ ചില ഉച്ചാരണ വിശേഷങ്ങൾ മലയാളിയുടെ രക്തത്തിൽ ഉള്ളതുകൊണ്ടാണ് സ്വരോച്ചാരണം മാറി മറിയുന്നത്. വ്യഞ്ജനങ്ങളുടെ കാര്യത്തിൽ അതിഖരമൃദുഘോഷോഷ്മാക്കൾ അതാതിന്റെ ഉച്ചാരണസ്ഥാനം മനസ്സിലാക്കി ഉച്ചരിച്ചുപഠിച്ചെങ്കിൽ മാത്രമേ ഉച്ചാരണശുദ്ധി കൈവരുത്താൻ സാധിക്കൂ. അക്ഷരമാല പഠിപ്പിക്കുമ്പോൾ ഇക്കാര്യത്തിൽ അദ്ധ്യാപകരും മാതാപിതാക്കളും ശ്രദ്ധവെയ്ക്കേണ്ടതാണ്. ഇല്ലെങ്കിൽ തയും ദയും പയും ഭയും ബയുമെല്ലാം തകിടം മറിയും. ഭരണി ബരണിയും ഭാര്യ ബാര്യയും ഘട്ടം ഗട്ടവുമാകും. മലയാളം എം എ ഒന്നാം റാങ്കിൽ പാസായ ഒരു ഉദ്യോഗാർത്ഥി ഘട്ടവിഭജനം ഗട്ടവിഭജനമായിട്ടാണ് ഒരു സെമിനാറിൽ ഉച്ചരിച്ചു കേട്ടത്. തിരുത്താൻ ശ്രമിച്ചിട്ടും ഫലം നാസ്തി.

7. ഒരേ കാര്യം തന്നെ ആവർത്തിച്ചു പറയുന്നവർ നമ്മുടെ കൂട്ടത്തിൽ കുറവല്ല. 'ഒരേ കാര്യം തന്നെ' എന്ന പ്രയോഗം നല്ല മലയാളത്തിൽ പെടില്ല. ഒരു + ഏ ആണ് 'ഒരേ' എന്ന വാക്ക്. ഒന്നു മാത്രമായ, അതു തന്നെയായ എന്നിങ്ങനെ അർത്ഥം. അപ്പോൾ 'ഒരേ' കഴിഞ്ഞ് 'തന്നെ' വരുന്നത് അധികപ്പറ്റാണ്. 'ഒരേ കാര്യം' എന്നു മതി. ഒരേ എന്ന വാക്കിനു പകരം 'ഒരു' എന്ന വാക്കാണ് ഉപയോഗിക്കുന്നതെങ്കിൽ 'തന്നെ' ചേർക്കാം. അതായത് 'ഒരു കാര്യം തന്നെ' എന്ന പ്രയോഗമാകാം. 'ഓരോ' കഴിഞ്ഞ് 'വീതം' ചേർക്കുന്നതും നന്നല്ല. 'ഓരോ പ്രതി വീതം നല്കി' എന്നതിനു പകരം 'ഓരോ പ്രതി നല്കി' എന്നാകുന്നതാണ് നല്ല മലയാളം. ഇവിടെയും 'ഓരോ' എന്ന വാക്കിനു പകരം 'ഒരു' ആണെങ്കിൽ 'ഒരു പ്രതിവീതം നല്കി' എന്ന പ്രയോഗമാകാം.

8. അനാച്ഛാദനത്തെ അനാശ്ചാദനമാക്കിയാലേ ചിലർക്കു പിടിക്കുകയുള്ളൂ. 'ശ' ചേർത്താൽ ശബ്ദത്തിന് മുഴക്കവും ആകർഷകത്വവും കിട്ടുമെന്ന ധാരണയാണ് അനാശ്ചാദനം എന്ന വാക്കിനെ സൃഷ്ടിച്ചത്. അന് ആച്ഛാദനം - അനാച്ഛാദനം. മൂടിമാറ്റൽ, അനാവരണം എന്നിങ്ങനെയർത്ഥം. അന്തഃഛിദ്രം സന്ധി ചെയ്യുമ്പോൾ അന്തശ്ഛി

ദ്രമാകും. അവിടെ ശകാരം അത്യാവശ്യമാണ്. അന്തഃഛിദ്രം, അന്തച്ഛിദ്രം എന്നീ പ്രയോഗങ്ങൾ ഭംഗിയല്ല. ആകർഷിക്കുന്ന, മനോഹരമായ എന്നീ അർത്ഥങ്ങളിൽ 'ആകർഷണീയം' എന്നു പ്രയോഗിക്കുന്നതു ശരിയല്ല. ആകർഷണീയത്തിന്റെ അർത്ഥം 'വലിച്ചടുപ്പിക്കത്തക്കത്' എന്നാണ്. ആകർഷിക്കുന്ന, മനോഹരമായ എന്നീ അർത്ഥമാണ് വിവക്ഷിതമെങ്കിൽ 'ആകർഷകം' മതി. അത്ഭുതത്തെ സൂചിപ്പിക്കാൻ 'അതിശയകരം' എന്നു പറയുന്നതോ എഴുതുന്നതോ സാധുവല്ല. 'അതിശയം' എന്നാൽ ഏറ്റവും എന്നേ അർത്ഥമുള്ളൂ. അത്ഭുതമെന്ന് അർത്ഥമില്ല.

9. മരുമക്കത്തായ വ്യവസ്ഥിതിയിലെ പ്രധാനകണ്ണികളാണ് കാരണവരും അനന്തരവനും ഉടപ്പിറന്നവനും ഉടപ്പിറന്നവളും. അനന്തരം ജനിച്ചവനാണ് അനന്തരവൻ. ഇവനെ അനന്തിരവൻ ആക്കുന്നത് തെറ്റാണ്. ശേഷക്കാരൻ എന്ന അർത്ഥത്തിൽ വരുന്ന വാക്ക് അനന്തരവൻ ആണ്. ഉടൻ എന്ന വാക്കിന് 'കൂടെ' എന്നർത്ഥമുണ്ട്. കൂടെ പിറന്നവനും കൂടെ പിറന്നവളും, സഹോദരനും സഹോദരിയും വരുന്നതിനുമുമ്പ് ഭാഷയിലെ വിശിഷ്ട ബന്ധനാമങ്ങളായിരുന്നു. ദൈനംദിന വ്യവഹാരത്തിൽ ജ്വലിച്ചുനിന്ന ഉടപ്രന്നോനും ഉടപ്രന്നോളും ഇന്ന് ഗ്രാമ്യവും ദേശ്യവുമായി മാറി. തനി നാമങ്ങൾ ആദ്യം സംസ്കൃതത്തിനും പിന്നാലെ ആംഗലത്തിനും വഴി മാറിക്കൊടുത്തു. ഡാഡിയും മമ്മിയും ഒഴികെയുള്ളതെല്ലാം നീസ് എന്ന ആംഗലത്തിൽ നാം ഒതുക്കിയിരിക്കുന്നു. ഹസും വൈഫും കൂടി ഇതിൽ ഒതുങ്ങുന്ന കാലം വിദൂരമല്ല.

10. അർത്ഥമറിയാതെ ഉപയോഗിക്കുന്ന വാക്കുകളിലൊന്നാണ് അകമ്പടി. അകമ്പടി സേവിക്കുക എന്നു പറയുമ്പോൾ പിന്നാലെ പോകുകയെന്ന അർത്ഥമാണ് പലരും ധരിച്ചിട്ടുള്ളത്. പടി അതായത് വേതനം പറ്റിക്കൊണ്ട് ചെയ്യുന്ന അകം വേലയാണ് അകമ്പടി. 'ആളകമ്പടികളോടും മേളവാദ്യഘോഷത്തോടും വാളുമാടമ്പുള്ളോരെത്തി വേളി നാളെയെന്നും ചൊല്ലാം' എന്ന നളചരിതഭാഗം നോക്കുക. അകമ്പിടിയും അകിമ്പടിയും തെറ്റായ പ്രയോഗങ്ങളാണ്. ആയൻപാടിയാണ് ആമ്പാടി. ഇടയഗ്രാമമെന്നർത്ഥം. പാടിയും പട്ടിയും തനി ദ്രാവിഡ പദങ്ങളാണ്. ഗ്രാമമെന്നർത്ഥം. ആമ്പാടിയെ അമ്പാടിയാക്കുന്നത് വ്യാകരണപരമായി സാധുവല്ല. അമ്പ് ആടുന്നവൻ അമ്പാടി അതായത് വില്ലാളി. അമ്പാടിക്കു തൊഴുത്തെന്നും അർത്ഥമുണ്ട്. അമ്പാടിപ്പൈതൽ, അമ്പാടിക്കണ്ണൻ എന്നിങ്ങനെ കവികൾ പ്രയോഗിച്ചിട്ടുണ്ടെങ്കിലും ശ്രീകൃഷ്ണൻ വളർന്ന സ്ഥലം ആയൻപാടിയായ ആമ്പാടിതന്നെയാണ്. അമ്പാടിയല്ല.

11. ലക്ഷണം കെട്ടത് എന്ന അർത്ഥത്തിൽ അവലക്ഷണം കെട്ടത് എന്നു പറയുന്നത് നല്ല ഭാഷയല്ല. അവലക്ഷണം എന്നാൽ ലക്ഷണം കെട്ടതെന്നർത്ഥം. പിന്നെന്തിനാണ് 'കെട്ടത്' എന്നു പ്രത്യേകം

ചേർക്കുന്നത്? അവലക്ഷണം കെട്ടത് എന്ന പ്രയോഗത്തിൽ രണ്ടു നിഷേധങ്ങളുണ്ട്. അതിന്റെ ഫലം വാക്യം മൊത്തത്തിൽ നിഷേധത്തിനു പകരം വിധി അർത്ഥത്തിൽ വരുമെന്നതാണ്. ലക്ഷണം കെട്ടത് എന്ന അർത്ഥമാണ് നിങ്ങൾക്കു വേണ്ടതെങ്കിൽ അവലക്ഷണം കെട്ടത് എന്നു പ്രയോഗിക്കരുത്. ലക്ഷണം കെട്ടതു തന്നെ ധാരാളം.

പറയുന്നതുപോലെ എഴുതുകയും എഴുതുന്നതുപോലെ പറയുകയും ചെയ്യുന്ന ഭാഷയാണ് മലയാളം. ലോകത്തിലെ ഏതുഭാഷയിൽ നിന്നും വർണ്ണമാറ്റം കൂടാതെ വാക്കുകളെ സ്വീകരിക്കാൻ മലയാളത്തിനു കഴിയും. ഇംഗ്ലീഷ് ഭാഷയുടെ വ്യാപനത്തിനുമുമ്പ് സംസ്കൃതത്തിൽ നിന്നായിരുന്നു അത്യാവശ്യത്തിന് മലയാളം വാക്കുകൾ സ്വീകരിച്ചിരുന്നത്. ഇന്ന് ഇംഗ്ലീഷാണ് പ്രധാനപദ ദാതാവ്. എല്ലാ ഭാഷകളിൽനിന്നും പദങ്ങൾ സ്വീകരിച്ചിട്ടുള്ള ഭാഷയാണ് ഇംഗ്ലീഷ്. ഇംഗ്ലീഷ് സ്വനലിപിയാണ് എഴുത്തിന് ഉപയോഗിക്കുന്നത്. എഴുതുന്നതുപോലെ ഉച്ചരിക്കപ്പെടുകയോ ഉച്ചരിക്കുന്നതുപോലെ എഴുതപ്പെടുകയോ ചെയ്യുന്ന ഭാഷയല്ല ഇംഗ്ലീഷ്. തന്മൂലം മലയാളത്തിലേക്കു സ്വീകരിക്കപ്പെടുന്ന ആംഗലപദങ്ങളുടെ ഉച്ചാരണത്തിലും എഴുത്തിലും വൈവിദ്ധ്യം വന്നുകൂടുന്നു. സംസ്കൃതപദസ്വീകരണത്തിലും പ്രയോഗത്തിലും അനുവർത്തിച്ച ഭാഷാനിയമങ്ങൾ ഇംഗ്ലീഷിന്റെ കാര്യത്തിലും അനുവർത്തിക്കുന്നതിന് പ്രായോഗിക ബുദ്ധിമുട്ടുകളുണ്ട്. മലയാളത്തിന്റെ അക്ഷരമാലയിലെ പകുതിയിലധികം ശബ്ദങ്ങൾക്ക് സമാനവർണ്ണങ്ങൾ ഇംഗ്ലീഷിലില്ല. National എന്ന വാക്ക് നാഷണൽ എന്നും നാഷനൽ എന്നും എഴുതുകയും പറയുകയും ചെയ്യുന്നത് അതുകൊണ്ടാണ്. ഇതിൽ ശരിയേതെന്ന ചോദ്യം അപ്രസക്തമാണ്. നമുക്കു വേണ്ടത് അക്കാദമിയോ അക്കാഡമിയോ? India ഇന്ത്യയാണോ ഇൻഡ്യയാണോ? അന്തോണി, അന്തോനി, ആന്റണി തുടങ്ങിയവ Antony തന്നെയോ? Vat വാറ്റാണോ, വാട് ആണോ? ചുരുക്കത്തിൽ ഇംഗ്ലീഷിന്റെ ഉച്ചാരണത്തിൽ മലയാളത്തിന് നിലവാരപ്പെട്ട ഒരു സ്വനവ്യവസ്ഥ തീർപ്പാക്കാനാവില്ല. 'വ്യവസ്ഥയെല്ലാം ശിഥിലം പ്രധാനം ഭാഷണം താൻ' എന്ന ഉദാസീനനയമേ ഇംഗ്ലീഷിന്റെ കാര്യത്തിൽ കരണീയമായിട്ടുള്ളു.

# ചാരുകേരളഭാഷ

**ദ്രാ**വിഡ ഹിമഗിരി ഗളിതാ
സംസ്കൃതവാണികളിന്ദജാമിളിതാ
കേരളഭാഷാ ഗംഗാ
വിഹരതുമമഹൃത്സരസ്വദാസംഗാ

ദ്രാവിഡമാകുന്ന ഹിമവാനിൽനിന്നു പുറപ്പെട്ട് സംസ്കൃതമാകുന്ന കാളിന്ദിയോടുചേർന്ന് ഇരിക്കുന്ന കേരളഭാഷയാകുന്ന ഗംഗ എന്റെ ഹൃദയമാകുന്ന സമുദ്രത്തിൽ നിരന്തരം പ്രവഹിച്ചു വിളയാടണമെന്ന് പ്രാർത്ഥിക്കുന്നു. ആദ്യകാല മലയാള വൈയാകരണന്മാരിൽ ഒരാളായ കോവുണ്ണി നെടുങ്ങാടിയുടെ *കേരളകൗമുദി* എന്ന ഗ്രന്ഥത്തിലെ വന്ദന ശ്ലോകത്തിലെ പ്രഥമപാദങ്ങളിലെ സംസ്കൃതദ്രാവിഡപദങ്ങളെ പരസ്പരം മാറ്റിയാണ് ശ്ലോകം ഇവിടെ ഉദ്ധരിച്ചത്. സംസ്കൃതഹിമഗിരിഗളിതാ എന്ന കൗമുദീ പ്രസ്താവത്തെ ദ്രാവിഡഹിമഗിരിഗളിതാ എന്നാക്കി. കേരളഭാഷയായ മലയാളം ദ്രാവിഡ ഭാഷാഗോത്രത്തിൽപ്പെട്ട ഭാഷയാണ്. ആലങ്കാരികഭാഷയിൽ സംസ്കൃതജന്യമാണ് മലയാളമെന്ന് സൂചിപ്പിച്ചെങ്കിലും കോവുണ്ണി നെടുങ്ങാടിക്ക് മലയാളത്തിന്റെ ദ്രാവിഡഗോത്രബന്ധത്തിൽ സംശയമുണ്ടായിരുന്നില്ലെന്ന് *കേരളകൗമുദി*യിലെ തുടർന്നുള്ള ചർച്ചകളിൽ നിന്നു വ്യക്തമാണ്. ഇന്ത്യൻ ഭാഷകളിൽ അതിപുരാതനമായ വൈദേശികബന്ധമുള്ള ഭാഷകളിൽ പ്രഥമസ്ഥാനത്തു നില്ക്കുന്നതു മലയാളമാണ്. ദക്ഷിണ ദ്രാവിഡശാഖയിലെ കിഴക്കൻതീര ഭാഷാഭേദം ഇന്നത്തെ തമിഴായും പശ്ചിമതീരഭാഷഭേദം ഇന്നത്തെ മലയാളമായും ഉരുത്തിരിഞ്ഞുവെന്നാണ് ആധുനാധുനമതം. വിദേശരാജ്യങ്ങളുമായി ക്രിസ്തുവർഷാരംഭത്തിനു നൂറ്റാണ്ടുകൾക്കു മുമ്പേ കേരളത്തിനു വാണിജ്യബന്ധമുണ്ടായിരുന്നു. കേരളവുമായി ഏതെങ്കിലും തര

ത്തിൽ ബന്ധപ്പെട്ട എല്ലാ ഭാഷകളിൽ നിന്നും മലയാളം പദങ്ങൾ സ്വീകരിച്ചിട്ടുണ്ട്. ആധുനിക കാലത്തും കിട്ടാവുന്നിടത്തു നിന്നെല്ലാം വാക്കുകൾ മലയാളം സ്വീകരിച്ചുകൊണ്ടിരിക്കുന്നു. മലയാളത്തെ സ്വാധീനിച്ച ദ്രാവിഡഗോത്രേതര ഭാഷകളിൽ ഒന്നാം സ്ഥാനത്തുനില്ക്കുന്നത് സംസ്കൃതമാണ്. മിക്ക ലോക ഭാഷകളുമായി ബന്ധമുള്ള ഇന്ത്യൻ ഭാഷകളിൽ തനതു വ്യാകരണച്ചട്ടക്കൂട് കാത്തു സൂക്ഷിച്ചിട്ടുള്ള ഏക ഇന്ത്യൻ ഭാഷയാണു മലയാളം. സംസ്കൃതത്തിനോ ഇംഗ്ലീഷിനോ മലയാളത്തിന്റെ വ്യാകരണ വ്യവസ്ഥയിൽ ഒരു തരത്തിലും വിള്ളൽ സൃഷ്ടിക്കാൻ കഴിഞ്ഞിട്ടില്ല. മറ്റുഭാഷകളിൽ നിന്നും നാം സ്വീകരിച്ചിട്ടുള്ള വാക്കുകളും ശൈലികളും പ്രയോഗിക്കുമ്പോൾ അർത്ഥം പിഴയ്ക്കാതെ കേൾക്കുന്നവർക്കും വായിക്കുന്നവർക്കും മനസ്സിലാക്കാൻ കഴിയുമ്പോഴാണ് ഭാഷ നല്ലതായിത്തീരുന്നത്. സംസ്കൃതത്തിന്റെ പ്രയോഗത്തിലാണ് ഏറ്റവും കൂടുതൽ പിഴവുകൾ മലയാളികൾ വരുത്തുന്നത്. അത് പ്രധാനമായും ഉച്ചാരണത്തിലും അർത്ഥ തലത്തിലുമാണ് കാണുന്നത്.

അനുരൂപൻ, അനുരൂപി എന്നീ വാക്കുകൾ ശരിയാണെന്നു ധരിച്ചിട്ടുള്ളവരുടെ എണ്ണം നിസ്സാരമല്ല. ഇവയിൽ 'അനുരൂപി' തെറ്റാണ്. ആണിനെ അനുരൂപൻ എന്നും സ്ത്രീയെ അനുരൂപയെന്നും വിശേഷിപ്പിക്കണം. ഈ രണ്ടിലും പെടാത്തത് അനുരൂപം. രൂപശബ്ദത്തോട് 'അനു' എന്ന ഉപസർഗ്ഗം ചേർക്കുമ്പോൾ രൂപത്തെ അനുസരിക്കുന്ന എന്ന അർത്ഥം സിദ്ധിക്കും. 'പാഞ്ചാലി നമുക്കനുരൂപയെന്നതിനൊരു ചാഞ്ചല്യമുണ്ടായ് വരാ'യെന്ന് എഴുത്തച്ഛനും 'ഏതൊരുപുമാനിവൾക്കനുരൂപൻ' എന്ന് നമ്പ്യാരും പ്രയോഗിച്ചിട്ടുള്ളത് നോക്കുക.

നമ്മുടെ അടുക്കളയിൽനിന്ന് ഏതാണ്ട് അപ്രത്യക്ഷമായ ഒരു വസ്തുവാണ് 'അരകല്ല്'. ഉപയോഗത്തിൽ ഉണ്ടെങ്കിലും ഇല്ലെങ്കിലും അരകല്ലിനെ 'അരക്കല്ലാ'ക്കരുത്. അരയ്ക്കാനുള്ള കല്ലാണ് അരകല്ല്. 'ക' ഇരട്ടിച്ചാൽ കല്ലിന്റെ സ്വഭാവം മാറും. അര 'പകുതി' എന്ന അർത്ഥത്തിലേക്ക് വഴുതിപ്പോകും. കുഞ്ചൻനമ്പ്യാരുടെ നളചരിതം തുള്ളലിൽ വിശന്നു വലഞ്ഞ ഒരു നായരുടെ ചിത്രമുണ്ട്.

നായർ വിശന്നു വലഞ്ഞു വരുമ്പോൾ
കായക്കഞ്ഞിക്കരിയിട്ടില്ല
ആയതുകേട്ടു കലമ്പിച്ചെന്ന-
ങ്ങായുധമുടനേ കാട്ടിലെറിഞ്ഞു.
ചുട്ടുതിളയ്ക്കും വെള്ളമശ്ശേഷം
കുട്ടികൾ തന്നുടെ തലയിലൊഴിച്ചു
കെട്ടിയ പെണ്ണിനെ മടികൂടാതെ
കിട്ടിയവടികൊണ്ടൊന്നു കിടച്ചു
ഉരുളികൾ കിണ്ടികളൊക്കെയുടച്ചു
ഉരലുവലിച്ചഥ കിണറ്റിൽ മറിച്ചു
ചിരവയെടുത്തഥ തീയിലെരിച്ചു

അരകല്ലങ്ങു കുളത്തിലെറിഞ്ഞു
അതുകൊണ്ടരിശം തീരാഞ്ഞവന-
പ്പുരയുടെചുറ്റും മണ്ടിനടന്നു.

നോക്കണേ നായരുടെ പരാക്രമം! ഇന്ന് ഏത് അടുക്കളയിൽ കാണും ഉരുളികളും കിണ്ടികളും ഉരലും ചിരവയും അരകല്ലും? ഭക്ഷണം സ്വാദിഷ്ടമാകണമെങ്കിൽ പഴയ അടുക്കളസ്സാമാനങ്ങൾ തിരിച്ചുപിടിക്കുക തന്നെവേണം.

'നല്ലേഴാമിടമുണ്ടെങ്കിലില്ലം താനിന്ദ്രലോകമാം അല്ലെങ്കിലോ നരകമാം ചൊല്ലേറുന്നൊരിന്ദ്രലോകവും.' എന്നാണ് കവി വാക്യം. അല്ലങ്കിൽ, അല്ല എങ്കിൽ, അല്ലെങ്കിൽ എന്നീ പ്രയോഗങ്ങളിൽ 'അല്ലെങ്കിൽ' എന്ന വാക്കിനാണ് ശ്രവണസുഖം. അതുപോലെ ഇല്ലങ്കിൽ, ഇല്ലയെങ്കിൽ ഇല്ലെങ്കിൽ എന്നിവയിൽ 'ഇല്ലെങ്കിൽ' നന്ന്. സംഭാഷണത്തിൽ ഇപ്പറഞ്ഞ രൂപങ്ങൾക്കെല്ലാം സ്വീകാര്യതയുണ്ടെങ്കിലും വരമൊഴിയിൽ അല്ലെങ്കിൽ ഇല്ലെങ്കിൽ രൂപങ്ങൾക്കാണ് സാംഗത്യം.

അയഞ്ഞുകിടക്കുന്നത് അയ, അശ അല്ല. അയയും അയക്കോലും വസ്ത്രങ്ങൾ തൂക്കിയിടാനാണ് ഉപയോഗിക്കുന്നത്. അയയുടെ ഉച്ചാരണഭേദമാണ് അശ. അശയ്ക്കു പ്രത്യേകിച്ചൊരർത്ഥവും മലയാളത്തിലില്ല. തമിഴിൽ വൃത്തശാസ്ത്രത്തിലെ ഒരു മാത്രയാണ് അശ. ഇരിക്കുന്നതിനുള്ള ഇടമാണ് ഇരിപ്പിടം. ആ അർത്ഥത്തിൽ ഇരിപ്പടം പ്രയോഗിക്കരുത്. കിലുകില ശബ്ദമുണ്ടാക്കുന്ന ഒരു തരം കളിപ്പാട്ടമാണ് കിലുക്കാമ്പെട്ടി. കിലുങ്ങുന്ന പെട്ടിതന്നെ സാധനം. ഇതിനെ കിലുക്കാമ്പട്ടിയാക്കരുത്. പെട്ടിയെ പട്ടിയാക്കുന്നത് ഒട്ടും ആശാസ്യമല്ല. പന്തായം-പന്തയം എന്നീ വാക്കുകളിൽ പന്തയമാണു ശരി. ബന്ധകം എന്ന സംസ്കൃതപദത്തിന്റെ തത്ഭവമാണ് പന്തയം. അതുകൊണ്ട് പന്തായം കെട്ടാതെ പന്തയം കെട്ടുക.

ഭൂരിപക്ഷം മലയാളികൾക്കും സുപരിചിതമാണ് 'പ്രാകുക' എന്ന പ്രക്രിയ. ചിലരുടെ കുലത്തൊഴിലേ പ്രാകലാണ്. തലയിൽ കൈവെച്ചാണ് പ്രാകലെങ്കിൽ തീവ്രത കൂടും. പ്രാകുന്നവരും അതു കേൾക്കുന്നവരും ഒന്നു മനസ്സിലാക്കണം. ഈ വാക്ക് പോർച്ചുഗീസുകാരിൽനിന്ന് കിട്ടിയതാണ്. പോർച്ചുഗീസ് ഭാഷയിലെ pragu ആണ്. പ്രാകുക, പ്രാവുക, പിരാകുക, പ്രാകുക എന്നീ രൂപത്തിൽ മലയാളത്തിൽ കടന്നുകൂടിയത്. എന്തായാലും പോർച്ചുഗീസ് വാക്കിനെ സംസ്കൃതീകരിച്ച് പ്രാകുക എന്നു പറയുന്നതിനെക്കാൾ നന്ന് പിരാകുകയാണ്. നോക്കണേ നമ്മുടെ പൂർവ്വികർക്ക് ഇല്ലാതിരുന്ന ഒരു ദുസ്വഭാവം വന്ന വഴി.

നിരപരാധി എന്നൊരു വാക്കില്ല. കുറ്റം ചെയ്യാത്തവൾ 'നിരപരാധ'യാണ്; കുറ്റം ചെയ്യാത്തവൻ 'നിരപരാധനും', കുറ്റം ചെയ്താലും, ചെയ്തില്ലെങ്കിലും സാമാന്യവ്യവഹാരഭാഷയിൽ 'നിരപരാധി' കടന്നുകുടിയിട്ടുണ്ട്. അപരാധി എന്ന വാക്കിന്റെ സാദൃശ്യഭ്രമം മൂലം ഉണ്ടായ വാക്കാണ് 'നിരപരാധി'. ഇതുപോലെ വ്യവഹാരഭാഷയിൽ കടന്നുകൂടിയ

ഒരു കള്ളനാണയമാണ് 'ഒരുത്തൻ'. ഒരു + അൻ ഒരുവനേ ആകൂ. ഒരുത്തൻ ആകില്ല. 'ഒരുത്തൻ' എന്ന വാക്കുണ്ടായത് 'ഒരുത്തി'യോടുള്ള ഭ്രമത്തിൽ നിന്നാണ്. ഒരു + ഇത്ഥി (സ്ത്രീ) യാണ് ഒരുത്തി. ഒരു സ്ത്രീയെന്നർത്ഥം.

യാതൊരു കാര്യങ്ങളും ആരോടും പറയാത്തവർ സമൂഹത്തിൽ ധാരാളമുണ്ട്. പറയാതിരിക്കുന്നതാണ് ഒരു തരത്തിൽ നല്ലത്. 'യാതൊരു' ഏകവചനസൂചനയുള്ള പദമാകയാൽ 'കാര്യങ്ങൾ' എന്ന ബഹുവചനം അതിനോടു ചേർക്കരുത്. 'യാതൊരു കാര്യങ്ങളിൽ' ആദ്യപകുതി ഏകവചനവും മറ്റേപകുതി ബഹുവചനവുമാണ്. അതുകൊണ്ട് യാതൊരു കാര്യങ്ങൾ എന്ന പ്രയോഗം നല്ലഭാഷാവഴക്കമല്ല. 'യാതൊരു കാര്യം' എന്ന പ്രയോഗത്തിനാണ് സാധുത്വമുള്ളത്.

സാമുദായികപരം, സാമൂഹികപരം, സാമൂഹ്യപരം, സാമ്പത്തികപരം, സാംസ്കാരികപരം, എന്നിവ തെറ്റായ പ്രയോഗങ്ങളിൽപ്പെടും. 'അതിനെ സംബന്ധിച്ച' എന്ന അർത്ഥം കിട്ടാൻ ഇക, പരം എന്നീ വാക്കുകളിൽ ഒരെണ്ണം ചേർത്താൽ മതിയാകും. അപ്പോൾ സാമുദായികപരം, 'സാമുദായികം', 'സമുദായപരം' എന്നും സാമൂഹികപരം 'സാമൂഹികം' എന്നും സാമ്പത്തികപരം 'സാമ്പത്തികം' എന്നും സാംസ്കാരികപരം 'സാംസ്കാരികം' എന്നും വ്യവഹരിക്കുമ്പോഴേ നല്ല ഭാഷയാകൂ. സാമൂഹ്യവിപ്ലവമല്ല 'സാമൂഹിക വിപ്ലവ'മാണ് അഭികാമ്യം.

വിദ്വാന്മാർ എന്ന അർത്ഥത്തിൽ വിദ്വത്ജനം എന്ന് എഴുതുകയും പറയുകയും ചെയ്യുന്നത് ഭാഷാവഴക്കമനുസരിച്ച് ശരിയല്ല. വിദ്വജ്ജനം എന്ന് തകാരമില്ലാത്ത രൂപമാണ് ശരി. 'വിദ്വാനേവ വിജാനാതി വിദ്വജ്ജന പരിശ്രമം' എന്നാണ് ആപ്തവാക്യം. കാര്യങ്ങൾ ചെയ്യുന്നത് വിധിപൂർവ്വകമായിരിക്കണം; വിധിപൂർവ്വമല്ല. സർവ്വതോന്മുഖമായ വളർച്ചയിലെ സർവ്വതോന്മുഖം തെറ്റായ പ്രയോഗമാണ്. സർവ്വതഃ എന്നാണ് പൂർവ്വപദം. നാലുപാടും എന്നർത്ഥം. സർവ്വതഃ മുഖം എന്നീ വാക്കുകൾ സന്ധി ചെയ്യുമ്പോൾ 'സർവ്വതോമുഖം' ആകും. അതാണു ശരി. എല്ലായിടവും നോക്കി നില്ക്കുന്ന, പൂർണ്ണമായ, വ്യാപകമായ എന്നീ അർത്ഥങ്ങളിൽ 'സർവ്വതോമുഖം' പ്രയോഗിക്കുന്നു.

വയറ്റുപിഴപ്പിനു പകരം വയറുപിഴപ്പ് പറയരുത്. വയറ്റിന്റെ നോവ് വയറ്റുനോവാണ്, വയറുനോവല്ല. മര്യാദകേടും, മര്യാദക്കേടും കാട്ടുന്നവർക്ക് മലയാളത്തിൽ ക്ഷാമമില്ല. മര്യാദാ എന്ന പൂർവ്വ പദം സംസ്കൃതവും കേട് എന്ന ഉത്തരപദം മലയാളവുമാണ്. ഈ വാക്കുകൾ സന്ധിക്കുമ്പോൾ 'മര്യാദക്കേട്' ആകും. കകാര മിരട്ടിക്കാതെ 'മര്യാദകേട്' പ്രയോഗിക്കരുത്, 'മര്യാ' അതിർത്തി എന്ന അർത്ഥം തരുന്ന ഒരു അവ്യയമാണ്. അനേകം ഭാര്യമാരുള്ളവനാണ് ബഹുഭാര്യൻ. ബഹുഭാര്യന്റെ ഭാവം ബഹു ഭാര്യത്വം. ഈ വാക്കിനെ ബഹുഭാര്യാത്വം എന്നു നീട്ടിവലിച്ച് ഉച്ചരിക്കുന്നതും എഴുതുന്നതും ശരിയല്ല.

up to date നാളതുവരെയല്ല 'നാളിതുവരെയാണ്' he who heard it,

he who learn it എന്നീ പ്രയോഗങ്ങൾക്കു സമാനമായി കേട്ടതാരോ അവൻ, പഠിച്ചതാരോ അവൻ എന്നീ പ്രയോഗങ്ങൾ ഭാഷയുടെ നൈസർഗ്ഗിക ശൈലിക്കു യോജിച്ചതല്ല. അതുപോലെ കഴിയുന്നതും വർജ്ജിക്കേണ്ട ഒന്നാണ് കർമ്മണിപ്രയോഗം. കൊടുക്കപ്പെടും, ചെയ്യപ്പെടും. വില്ക്കപ്പെടും തുടങ്ങിയ അറിയിപ്പുകളിൽ കർമ്മണി പ്രയോഗത്തിന്റെ കൃത്രിമത്വമാണ് മുഴച്ചുനില്ക്കുന്നത്. ഇംഗ്ലീഷിലെ നിയത (definitc) അനിയത (indefinite) അവ്യയങ്ങളുടെ രീതി പിടിച്ച് ആ, ഒരു എന്നീ എഴുത്തുകൾ സ്ഥാനത്തും അസ്ഥാനത്തും പ്രയോഗിക്കുന്ന പ്രവണത ഭാഷാരീതിക്കു യോജിക്കുന്നതല്ല. The എന്നതിനു തുല്യമായി ആ, ഒരു എന്നീ എഴുത്തുകൾ മലയാളത്തിൽ ധാരാളമായി ഉപയോഗിക്കുന്നുണ്ട്. is, are എന്നിവയ്ക്കു തുല്യമായി തന്നെ, അത്രെ, ആകുന്നു, ആണ് എന്നീ പ്രയോഗങ്ങളാണ് ഭാഷയിലുള്ളത്. God is love എന്ന വാക്യം ദൈവം സ്നേഹം തന്നെ ദൈവം സ്നേഹമാണ്, ദൈവം സ്നേഹമാകുന്നു ദൈവം സ്നേഹമത്രേ എന്നിങ്ങനെ മലയാളി വ്യവഹരിക്കുന്നു. ഏതു ശരി, തെറ്റ് എന്ന ചോദ്യം ഇത്തരം പ്രയോഗങ്ങളിൽ അസ്ഥാനത്താണ്. ഔചിത്യമാണു പ്രധാനം. ഇംഗ്ലീഷിൽ you എന്ന് ആരെയും സംബോധന ചെയ്യാം. പക്ഷേ, മലയാളത്തിൽ അച്ഛനെയും അമ്മയെയും ഗുരുവിനെയും മുതിർന്നവരെയും മറ്റും നീ എന്നു വിളിക്കുന്നത് മര്യാദക്കേടാണ്. അങ്ങനെ വിളിക്കുന്നത് കൊല്ലുന്നതിന് തുല്യമാണെന്ന് എഴുത്തച്ഛൻ കർണ്ണപർവ്വത്തിൽ പറഞ്ഞിട്ടുണ്ട്.

'ഗുരുവിനെ നീയെന്നൊരു മൊഴി ചൊന്നാൽ
ഗുരുവധം ചെയ്ത ഫലം വരുമെടോ'

മുതിർന്നവരെ നീ എന്നു വിളിച്ച് നിന്ദിക്കരുതെന്നാണ് ഭാഷയുടെ വഴക്കം. മലയാളമൊഴിച്ചുള്ള ദ്രാവിഡ ഭാഷകളിലെല്ലാം നീ എന്ന് ആരെയും സംബോധന ചെയ്യാം. നമുക്കു നമ്മുടെ ഭാഷാവഴക്കം. അത് കളയരുത്. ഇംഗ്ലീഷിലെ ഉപസർഗ്ഗങ്ങളായ for, on, about, by എന്നിവയെക്കുറിക്കാൻ യഥാക്രമം വേണ്ടി, പറ്റി, കുറിച്ചു, കൊണ്ടു എന്നിവയാണ് മലയാളം ഉപയോഗിക്കുന്നത്. written by എന്നതിന് എഴുതപ്പെട്ട, എഴുതിയ എന്നിവയിൽ ഒന്ന് മതിയാകും. എഴുതപ്പെട്ട പുസ്തകത്തെക്കാൾ നല്ലത് എഴുതിയ പുസ്തകമാണ്.

ചെയ്യേണ്ടതായിട്ടുള്ള, പറയേണ്ടതായിട്ടുള്ള, കാണേണ്ടതായിട്ടുള്ള എന്നിങ്ങനെ പരത്തിപ്പറയുന്ന ശീലം ചിലർക്കുണ്ട്. ചെയ്യേണ്ടതായിട്ടുള്ള കാര്യം 'ചെയ്യേണ്ടകാര്യം' എന്നാക്കിയാൽ എത്ര ഭംഗിയായി. 'ആയിട്ടുള്ള' എന്ന കൂട്ടിച്ചേർക്കൽ അഭംഗിയാണ്. ജാത്യാലുള്ള സ്വഭാവം, ജാത്യാലുള്ളതു തൂത്താൽ പോകുമോ എന്നീ പ്രയോഗങ്ങളിലെ- ആൽ ഒഴിവാക്കുകതന്നെ വേണം. 'ജാത്യാൽ' എന്ന് രൂപമില്ല. ജാത്യാ ഉള്ളതു തൂത്താൽ പോകുമോ, ജാത്യാവിരുദ്ധമായിട്ടുള്ളവർ എന്നീ പ്രയോഗങ്ങളാണ് സുബദ്ധം.

'കൈ' പൂർവ്വപദമായി വരുന്ന ധാരാളം സമസ്തപദങ്ങൾ മലയാള

ത്തിലുണ്ട്. കൈയക്ഷരം, കൈയടക്കം, കൈയടി, കൈയാങ്കളി, കൈ
യാൾ, കൈയൂക്ക്, കൈയേറ്റം, കൈയൊപ്പ് എന്നിങ്ങനെ ഉദാഹരണ
ങ്ങൾ. ഈ വാക്കുകളിൽ 'കൈ' കഴിഞ്ഞ് 'യ' ഇരട്ടിച്ചെഴുതുന്ന പ്രവ
ണത പരക്കെ കാണുന്നു. ഉച്ചാരണത്തിൽ ഇരട്ടിപ്പ് തോന്നുമെങ്കിലും
എഴുത്തിൽ യകാരത്തിന്റെ ഇരട്ടിപ്പ് അനാവശ്യമാണ്. കാരണം കൈ
എന്ന രൂഢി ശബ്ദത്തിൽ യകാരം അന്തർല്ലീനമാണെന്നതു തന്നെ.

ദേവീക്ഷേത്രങ്ങളിൽ നടത്താറുള്ള ഒരു അനുഷ്ഠാനച്ചടങ്ങാണ്
'കുരുതി'. രുധിരം എന്ന സംസ്കൃതപദത്തിന്റെ തത്ഭവമാണിത്. നിണം
അഥവാ രക്തം എന്നർത്ഥം. കുരുതിയെ കുരുസിയും ഗുരുസിയും ആക്കു
ന്നത് കഷ്ടമാണ്. അർത്ഥം മനസ്സിലാക്കാതെ പ്രയോഗിക്കുന്ന വാക്കു
കളിൽ ഒന്നാണ് 'അധികാരപ്രമത്തൻ'. അധികാരംകൊണ്ട് മദിച്ചിരിക്കു
ന്നവൻ, ഗർവ്വിഷ്ഠൻ എന്നീ അർത്ഥങ്ങൾ ഉണ്ടെന്ന ധാരണയിലാണ്
അധികാര പ്രമത്തരായ ഉദ്യോഗസ്ഥർ, അധികാരപ്രമത്തനായ മന്ത്രി
എന്നൊക്കെ പ്രസംഗിക്കാറുള്ളത്. അധികാരപ്രയോഗത്തിൽ പ്രമാദം പറ്റി
യവൻ എന്നാണ് ശരിക്കുള്ള അർത്ഥം. 'സ്വാധികാരപ്രമത്ത:' എന്ന് മേഘ
സന്ദേശത്തിൽ കാളിദാസൻ പ്രയോഗിച്ചത് ഈ അർത്ഥത്തിലാണ്. നായ
കനായ യക്ഷൻ ധിക്കാരിയോ ഗർവ്വിഷ്ഠനോ അല്ല.

നീലോല്പലത്തിന് കരിംകൂവളമെന്ന് അർത്ഥം എഴുതിക്കണ്ടിട്ടുണ്ട്.
ഉച്ചാരണത്തിലും കരിങ്കൂവളം ഉണ്ട്, കൂവളവുമായി ഒരു ബന്ധവും കരി
ങ്കൂവളത്തിനില്ല. കരിങ്കുവലയമാണ് കരിങ്കൂവളമായത്. കരിങ്കൂവളം ആണ്
ശരിയായ പദരൂപം. കർണ്ണകിയും കണ്ണകിയും ഒന്നല്ല. ആനയുടെ പര്യാ
യങ്ങളിലൊന്നാണ് കർണ്ണകി. ചിലപ്പതികാര കാവ്യത്തിലെ നായികയാണ്
കണ്ണകി. പതിദേവതയായ കണ്ണകിയെ കർണ്ണകിയാക്കരുത്.

# നമ്മുടെ ഭാഷ

പ്രത്യേക പരിശീലനം കൂടാതെ ചുറ്റുപാടുമുള്ളവരുടെ ഭാഷണത്തോടുള്ള സമ്പർക്കംകൊണ്ട് ഒരു കുട്ടി സമാർജ്ജിക്കുന്ന ഭാഷയാണ് മാതൃഭാഷ. പിറവിക്കു മുമ്പുതന്നെ കുട്ടിയിൽ ഭാഷാജ്ഞാനമുളവാകുന്നതായി ശാസ്ത്രപക്ഷമുണ്ട്. എന്തായാലും പിറവിതൊട്ടേ ജീവിക്കുന്ന ചുറ്റുപാടുകളിലെ ഭാഷ കുട്ടിയുടെ ഭാഷണാവയവങ്ങളെ സ്വാധീനിക്കുന്നുണ്ട്. അമ്മയുടെ മടിയിലിരുന്ന് സ്വായത്തമാക്കുന്ന ഭാഷ എന്ന അർത്ഥത്തിലാണ് മാതൃഭാഷ എന്ന സമസ്തപദം വ്യവഹാരതലത്തിൽ അറിയപ്പെടുന്നത്. വ്യത്യസ്ത സംസ്കാരങ്ങളും വർഗ്ഗങ്ങളും സൃഷ്ടിക്കുന്നതിൽ മാതൃഭാഷയ്ക്കുള്ള പങ്കു സുപ്രധാനമാണ്. ദേശമെന്ന യാഥാർത്ഥ്യത്തെ ഭാസുരമാക്കുന്ന ഘടകങ്ങളിൽ ഒന്നാണ് ഭാഷ. ദേശസ്നേഹത്തിന്റെയും ആത്മാഭിമാനത്തിന്റെയും മൂലസ്രോതസ്സാണ് അവനവന്റെ മാതൃഭാഷ. ലോകജനതയിൽ മലയാളിയെ വേറിട്ടു നിർത്തുന്ന ഘടകങ്ങൾ ഏതൊക്കെയാണോ അതൊക്കെ നമുക്കു തന്നത് മാതൃഭാഷയാണ്. സഹവർത്തിത്വം, മാനവികത, പരസ്പരവിശ്വാസം, വീക്ഷണം, വിട്ടുവീഴ്ച, സമീപനം എന്നിവയിലെല്ലാം തനതായ വ്യക്തിത്വമുള്ളവരാണ് മലയാളികൾ.

സ്വന്തം സംസ്കാരത്തിൽ കാലൂന്നിനിന്നുകൊണ്ടേ ഇതര സംസ്കാരങ്ങളെ ഉൾക്കൊള്ളാനാവൂ. ഇതര ഭാഷകൾ സ്വായത്തമാക്കാൻ മാതൃഭാഷയുടെ ചട്ടക്കൂട് ആവശ്യമാണ്. എന്നിരിക്കെ മാതൃഭാഷയെ അവഗണിച്ചുകൊണ്ടുള്ള പാഠ്യപദ്ധതികൾ കുട്ടികളുടെ മേൽ അടിച്ചേല്പിക്കുന്ന പ്രവണതയാണ് ചുറ്റും കാണുന്നത്. കുട്ടികളുടെ നൈസർഗ്ഗികവാസനകളുടെ നിഹനിക്കലാണ് ഇതിലൂടെ നാം സാധിക്കുന്നത്. സ്വപ്നം കാണാനും സങ്കല്പിക്കാനും ചിന്തിക്കാനും മനുഷ്യനെ പ്രാപ്തനാക്കു

ന്നത് ഓരോരുത്തരിലും അവരറിയാതെ പിറവിയിലേ സുസ്ഥിരമാക്കപ്പെട്ട മാതൃഭാഷാജ്ഞാനമാണ്. ശൈശവത്തിലേ അന്യഭാഷാപഠനത്തിനു നിർബ്ബന്ധിക്കപ്പെടുന്ന കുട്ടിയുടെ അവസ്ഥ നീർപ്പുറ്റുള്ള സ്ഥലത്തുനിന്നും ഒരു പിഞ്ചു ചെടിയെ ഊഷരഭൂമിയിലേക്കു പറിച്ചു നടുന്നതിനു സമമാണ്. മാതൃഭാഷയെ ഉപേക്ഷിച്ച് അന്യഭാഷയെ പഠനമാദ്ധ്യമമായി സ്വീകരിക്കാൻ കുട്ടികളെ നിർബ്ബന്ധിക്കുന്ന രക്ഷിതാക്കൾ അത്യന്തം വിലോഭനീയമായ ബാല്യത്തോട് കൊടും ക്രൂരതയാണ് കാട്ടുന്നത്. സ്വതന്ത്രമായി വളരാനും ചിന്തിക്കാനുമുള്ള ശിശുക്കളുടെ അവകാശം നിഷേധിക്കുന്നത് പാപമാണ്. ജീവിക്കുന്ന ചുറ്റുപാടുകളിലെ ജീവികളുമായും ഭാഷയുമായും സഹകരിച്ച് വളരാനുള്ള സാഹചര്യമാണ് രക്ഷാകർത്താക്കൾ കുട്ടികൾക്ക് ഒരുക്കിക്കൊടുക്കേണ്ടത്. മാതൃഭാഷയിൽ പ്രാവീണ്യം നേടിയ കുട്ടികളിൽ ആത്മവിശ്വാസം കൂടുതലായിരിക്കും. മാതൃഭാഷയിൽ ആശയസംവേദനം ചെയ്യാൻ പ്രാപ്തനാകുന്ന ഒരു കുട്ടിക്ക് ഏതു ഭാഷയും അനായാസമായി പഠിക്കാൻ കഴിയുമെന്ന് ശാസ്ത്രം തെളിയിച്ചിട്ടുണ്ട്. കേരളമൊഴികെ മറ്റൊരു രാജ്യത്തും ബാല്യത്തിലേ അന്യഭാഷാ മാദ്ധ്യമത്തെ അടിച്ചേല്പിക്കുന്ന തലതിരിഞ്ഞ നയം കാണാൻ കഴിയില്ല.

മിക്ക ലോകരാജ്യങ്ങളിലെയും ഭൂരിഭാഗം പ്രദേശങ്ങളിലും ഒന്നാം ഭാഷയായി സർക്കാരും വിദ്യാലയങ്ങളും പരിഗണിച്ചിട്ടുള്ളത് അതാതു രാജ്യങ്ങളിലെ മാതൃഭാഷയെയാണ്. എന്നാൽ കേരളത്തിൽ വളരെ താമസിച്ചേ സ്കൂളുകളിലെങ്കിലും ഒന്നാംഭാഷയെന്ന അംഗീകാരം മലയാളത്തിനു നല്കിയിട്ടുള്ളു. കോളേജുതലത്തിൽ ഒന്നാംഭാഷ ഇന്നും ഇംഗ്ലീഷ് തന്നെ. മലയാളം കേരളത്തിലെ ഔദ്യോഗികഭാഷയാണ്. ലക്ഷദ്വീപിലും മാഹിയിലും മലയാളം തന്നെ മുഖ്യഭാഷ. ആൻഡമാൻ നിക്കോബാർ ദ്വീപുകൾ, ദക്ഷിണ കാനറ, കൊടക് ജില്ല, കന്യാകുമാരിജില്ല എന്നിവിടങ്ങളിൽ മലയാളം ന്യൂനപക്ഷഭാഷയാണ്. ഇന്ത്യയിലെ മിക്ക സ്റ്റേറ്റുകളിലും മലയാളം മാതൃഭാഷയായിട്ടുള്ളവർ അധിവസിക്കുന്നുണ്ട്. ഇന്ത്യൻ ഭരണഘടന 8-ാം ഷെഡ്യൂളിൽ സ്ഥാനം നേടിയ 23 ഭാഷകളിൽ ജനസംഖ്യാടിസ്ഥാനത്തിൽ 9-ാം സ്ഥാനമാണ് മലയാളത്തിനു നല്കിയിട്ടുള്ളത്. 7000 നടുത്ത് ലോകഭാഷകൾ ഉള്ളതിൽ ജനസംഖ്യാബലം കൊണ്ട് 26-ാമതു സ്ഥാനമുണ്ട് മലയാളത്തിന്. കേരളത്തിലെ ജനസംഖ്യയിൽ മലയാളികൾ 98 ശതമാനം വരും. ഇവരിൽ 96.7 ശതമാനം മലയാളം ദൈനംദിനാവശ്യങ്ങൾക്ക് ഉപയോഗിക്കുന്നു. ഇംഗ്ലീഷ്, ഗുജറാത്തി, നേപ്പാളി, ഭീലി, ഹിന്ദി, ഉർദു, കന്നട, തുളു, പഞ്ചാബി, മറാഠി, കൊങ്കണി, തെലുഗു, ബംഗാളി, സിന്ധി, തമിഴ് എന്നിവയാണ് കേരളത്തിലെ ന്യൂനപക്ഷഭാഷകൾ. ഇതിൽ തമിഴ്, തുളു, കൊങ്കണി ഭാഷകൾക്കാണ് ഭാഷകർ കൂടുതലുള്ളത്. ന്യൂനപക്ഷമെന്നോ ഭൂരിപക്ഷമെന്നോ ഭേദമില്ലാതെ എല്ലാവരെയും ഉൾക്കൊള്ളാനുള്ള വിശാലത മലയാളിക്കു നല്കിയത് അവന്റെ മാതൃഭാഷയാണ്.

സമൂഹത്തെ ഒരുമിച്ചു നിർത്തുന്നത് മാതൃഭാഷയാണ്. മാതൃഭാഷ

നഷ്ടപ്പെടുന്നതിലൂടെ സ്വത്വബോധം നശിക്കും. മാതൃഭാഷാ പഠനവും മാതൃഭാഷയിലൂടെയുള്ള പഠനവും ഓരോ കുട്ടിയുടെയും ജന്മാവകാശ മാണ്. സ്വന്തം ഭാഷ നഷ്ടപ്പെടുന്ന അവസ്ഥ സംജാതമായതോടെ ഉണർ ന്നെഴുന്നേറ്റ ഒരു ജനസമൂഹമാണ് ബംഗ്ലാദേശ് എന്ന രാഷ്ട്രത്തിനു ജന്മം നല്കിയത്. സോവിയറ്റ് യൂണിയൻ ഛിന്നഭിന്നമായതിനു പിന്നിലും മാതൃ ഭാഷാ മമതയുണ്ട്. ഹീബ്രുഭാഷയാണ് ജൂതന്മാരെ ഏകോപിപ്പിച്ചതും ഒരു രാഷ്ട്രത്തിന്റെ കൊടിക്കീഴിൽ അവരെ അണിനിരത്തിയതും. പൂർവ്വ ബംഗാളിൽ അലയടിച്ചുയർന്ന ഭാഷാവബോധത്തിന്റെ ശക്തിയും പ്രാധാന്യവും കണക്കിലെടുത്താണ് ഫെബ്രു. 21 മാതൃഭാഷാദിനമായി ഐക്യരാഷ്ട്രസഭ പ്രഖ്യാപിച്ചത്. മൂന്നായി പിരിഞ്ഞുകിടന്ന മലയാളത്തെ ഒന്നിപ്പിച്ചതും ഭാഷയാണ്. മൂന്നുകോടി മുപ്പത്തിമൂന്നുലക്ഷം ജനങ്ങളുടെ ആത്മാഭിമാനമാണ് മലയാളം. ലോകത്തിലെ ഏതു ഭാഷയോടും കിട പിടിക്കാൻപോന്ന പദസമ്പത്തും വാക്യഘടനയും അതിനുണ്ട്. ഏറ്റവും ചെറുതാകാനും വലുതാകാനും മലയാളത്തിന്റെ വാക്യഘടനയ്ക്കു കഴി യും. സാങ്കേതിക സംജ്ഞകളും ചിഹ്നങ്ങളും ഉപയോഗിക്കുന്നതിൽ മല യാളത്തിന്റെ സമീപനം തുലോം ഉദാരമാണ്.

മക്കൾ ഇംഗ്ലീഷിൽ വർത്തമാനം പറയുന്നതുകേട്ട് രോമാഞ്ചമണി യുന്ന മലയാളികളായ രക്ഷിതാക്കൾ കേരളത്തിൽ ധാരാളമുണ്ട്. തങ്ങ ളുടെ കുട്ടികൾ മാതൃഭാഷ പഠിക്കണമെന്നോ ആ ഭാഷയിൽ നന്നായി സംസാരിക്കണമെന്നോ അവർക്കു താല്പര്യമില്ല. ആത്മാഭിമാനം അടി യറവെച്ചവരുടെ മനോഭാവമാണ് ഈ പ്രവണതയിൽ കാണുന്നത്. മല യാളിയായി ജനിച്ചുപോയല്ലോ എന്നു സങ്കടപ്പെടുന്നവരും ഇക്കൂട്ടത്തിൽ കുറവല്ല. ഇംഗ്ലീഷുകാർ ഭരണം വിട്ടുപോയതിനു ശേഷമാണ് യഥാർത്ഥ ത്തിൽ ഇംഗ്ലീഷ് ഭാഷയോടുള്ള ആഭിമുഖ്യം കേരളത്തിൽ വർദ്ധിച്ചത്. ഏതു കുട്ടിക്കും പ്രൈമറി തലത്തിൽ മാതൃഭാഷയിലൂടെ പഠിക്കാൻ അവ സരം കൊടുക്കണമെന്ന് ഭരണഘടനയുടെ ആർട്ടിക്കിൾ 350 എയിൽ വ്യക്തമാക്കിയിട്ടുണ്ടെങ്കിലും അതിനെ മറികടന്നുകൊണ്ട് കേന്ദ്രീയവി ദ്യാലയങ്ങളും സർക്കാർ, സർക്കാരിതര വിദ്യാലയങ്ങളും ഇവിടെ പ്രവർ ത്തിക്കുന്നു. മാതൃഭാഷയിൽ എഴുതാനോ സംസാരിക്കാനോ അറിയാതെ ബിരുദം നേടാൻ കഴിയുന്ന ലോകത്തിലെ ഏക രാജ്യമാണ് കേരളം. മലയാളം പഠിപ്പിക്കാത്ത വിദ്യാലയങ്ങളാണ് ഇവിടെ ഏറെയുള്ളത്. സി ബി എസ് ഇ, ഐ സി എസ് ഇ സ്കൂളുകളിൽ മിക്കതിലും മലയാളം പടിക്കുപുറത്താണ്. സമ്പൂർണ്ണ സാക്ഷര സംസ്ഥാനം എന്ന് കേരളത്തെ വിശേഷിപ്പിക്കുന്നത് ഏതടിസ്ഥാനത്തിലാണെന്നു മനസ്സിലാകുന്നില്ല. മാതൃഭാഷാ സാക്ഷരത സി ബി എസ് ഇ, ഐ സി എസ് ഇ, ഓറി യന്റൽ സ്കൂളുകളിൽ പഠിക്കുന്നവരിൽ എത്രകണ്ട് ഉണ്ട്? ഭാഷയെ ഒരു പൊങ്ങച്ച വിഷയമായി മലയാളി കാണുന്നു. അതുകൊണ്ടാണ് പേരു കളും പരസ്യങ്ങളും മാവേലി സ്റ്റോറിലെ രസീതുകളും ക്ഷണക്കത്തു കളും ഇംഗ്ലീഷിൽ തയ്യാറാക്കുന്നത്. വിവാഹ ക്ഷണക്കത്ത് ഇംഗ്ലീഷില

ടിച്ച് മലയാളത്തിൽ വിളിക്കുന്നു. ഹായ് ഇതില്പരം ഒരന്തസ്സ് മറ്റെന്തി ലുണ്ട്?

1988 ലെ GOMS 138/88 Gen. Edn, dtd. 12/9/88 ഉത്തരവു പ്രകാര മാണ് പൊതുവിദ്യാലയങ്ങളിൽ ഇംഗ്ലീഷ് മീഡിയം ആരംഭിച്ചത്. പൊതു വിദ്യാലയങ്ങളിലെ അദ്ധ്യയന മാദ്ധ്യമം മലയാളമായിരിക്കണമെന്ന നയത്തെ ഈ ഉത്തരവു അട്ടിമറിച്ചു. നിരന്തര സമ്മർദ്ദങ്ങളുടെ ഫല മായി 6.5.2011 ൽ കേരളത്തിലെ വിദ്യാലയങ്ങളിൽ മലയാളം നിർബ്ബന്ധ മാക്കിക്കൊണ്ട് ഉത്തരവിറങ്ങി. പത്താംക്ലാസ് വരെ മലയാളം ഒന്നാം ഭാഷ യാക്കിക്കൊണ്ട് 7-6-2011 ലും, ഈ ഉത്തരവ് കൂടുതൽ വ്യക്തമാക്കി ക്കൊണ്ട് 1.9.2011 ലും വിജ്ഞാപനമുണ്ടായി. മലയാളഭാഷയുടെയും സംസ്കാരത്തിന്റെയും സാഹിത്യത്തിന്റെയും സർവ്വതോമുഖമായ വളർച്ച ലക്ഷ്യമാക്കി മലയാളം സർവ്വകലാശാല 2012 നവംബറിൽ നില വിൽ വന്നു. 2013 മെയ് 23 നു മലയാളം ശ്രേഷ്ഠഭാഷയായി. എന്നിട്ടും ഭാഷാപരമായ യാതൊരു ഉണർവ്വും കേരളത്തിലുണ്ടായില്ല.

മലയാള ഭാഷാപഠനം പത്താംക്ലാസ് വരെ നിർബ്ബന്ധമാക്കിക്കൊണ്ട് 11-4-2017-ൽ കേരള ഗവൺമെന്റ് വിജ്ഞാപനം പുറപ്പെടുവിച്ചത് ശുഭോ ദർക്കമാണ്. 2017 അക്കാദമിക വർഷത്തിൽത്തന്നെ മലയാളം എല്ലാ ക്ലാ സിലും പഠിപ്പിക്കണമെന്നാണ് വിജ്ഞാപനം നിർദ്ദേശിക്കുന്നത്. സർക്കാർ, സർക്കാരിതര സ്കൂളുകൾ, സി ബി എസ് ഇ, ഐ സി എസ് ഇ സിലബസ് പിന്തുടരുന്ന സ്കൂളുകൾ തുടങ്ങി കേരളസംസ്ഥാനത്തു പ്രവർത്തിക്കുന്ന എല്ലാ സ്കൂളുകളിലും മലയാള ഭാഷാപഠനം നിർബ്ബ ന്ധമാക്കിക്കൊണ്ടാണ് ഗവൺമെന്റ് ഉത്തരവ് ഇറക്കിയിരിക്കുന്നത്. ഉത്ത രവ് ലംഘിക്കുന്ന സ്കൂളിലെ പ്രഥമാദ്ധ്യാപകനിൽനിന്ന് 5000 രൂപ പിഴ ഈടാക്കാനും ഉത്തരവിൽ വ്യവസ്ഥ ചെയ്തിട്ടുണ്ട്. ചില സ്കൂളുകളിൽ മലയാളം പഠിപ്പിക്കുന്നില്ലെന്ന വാർത്തയെ തുടർന്നാണ് ഗവൺമെന്റ് കർശന നടപടികളിലേക്ക് നീങ്ങിയത്. സി ബി എസ് ഇ മാനേജുമെന്റു കൾ പ്രതിഷേധവുമായി രംഗത്ത് എത്തിയിട്ടുണ്ടെങ്കിലും ഉത്തരവ് നട പ്പാക്കാൻ തന്നെയാണ് ഇടതുപക്ഷ ജനാധിപത്യമുന്നണി ഗവൺമെന്റ് തീരുമാനിച്ചിട്ടുള്ളത്. മാതൃഭാഷയ്ക്കും സംസ്കാരത്തിനും പുല്ലുവില പോലും നല്കാത്ത വിദ്യാഭ്യാസ സ്ഥാപനങ്ങൾ അടച്ചുപൂട്ടുകതന്നെ വേണം.

ഏതൊരു തിരിച്ചടിയെയും അതിജീവിക്കാനുള്ള കരുത്ത് മലയാള ത്തിനുണ്ടെന്ന് കാലം തെളിയിച്ചിട്ടുണ്ട്. മാറുന്ന സാഹചര്യങ്ങൾക്ക് അനു സരിച്ച് അതിജീവനത്തിന്റെ പാത സ്വീകരിച്ചിട്ടുള്ള ഭാഷയാണ് മലയാളം. അറിവിന്റെ വിനിമയസാദ്ധ്യതയ്ക്കു ആക്കം കൂട്ടിയ വിവരസാങ്കേതിക വിദ്യ മുഖ്യമായും ഇംഗ്ലീഷിലാണെങ്കിലും ആ വിജ്ഞാനീയത്തിന്റെ മേഖലയിൽ വിനിമയസാദ്ധ്യത വർദ്ധിപ്പിച്ച ഇന്ത്യൻ ഭാഷകളിൽ തമിഴും മലയാളവും മുന്നിട്ടു നില്ക്കുന്നു. 2002 ൽ മലയാളം വിക്കിപീഡിയ ആരംഭിച്ചു. യന്ത്രവിവർത്തനത്തിൽ മലയാളത്തെ യോഗ്യമാക്കുന്നതി

നുള്ള യത്നങ്ങൾ ഈ നൂറ്റാണ്ടിന്റെ ആരംഭത്തിൽത്തന്നെ ഇന്റർനാഷണൽ സ്കൂൾ ഓഫ് ദ്രവീഡിയൻ ലിംഗ്വിസ്റ്റിക്സിൽ തുടങ്ങിയിരുന്നു. ഇംഗ്ലീഷ്, മലയാളം, മലയാളം ഇംഗ്ലീഷ് തത്സമയ വിവർത്തനം ഇന്ന് സാദ്ധ്യമാണ്. പാഠങ്ങൾ മലയാളത്തിൽ വായിച്ചു തരുന്ന ഇംഗ്ലീഷ് സ്പീക്കിങ്സോഫ്റ്റ്വെയറും പ്രചാരത്തിൽ വന്നിരിക്കുന്നു. മിക്ക മലയാളപത്രങ്ങളും ഐ ജെ ഡി എൽ പോലുള്ള ഇംഗ്ലീഷ് ജേർണലുകളും ഓൺലൈനിലൂടെ വായിക്കാനുള്ള സൗകര്യവും വർദ്ധിച്ചിട്ടുണ്ട്. സർക്കാർ രേഖകൾ യൂണികോഡ് എൻകോഡിങ്ങിലേക്കു കൊണ്ടുവരാനുള്ള തയ്യാറെടുപ്പ് നടന്നുകൊണ്ടിരിക്കുന്നു. മലയാളത്തിന്റെ പദകോശം വ്യാകരണം, എന്നിവ ഓൺലൈൻ വഴി കിട്ടുന്ന സാഹചര്യം അനതി വിദൂരമാണ്. സ്ഥലനിർദ്ദേശങ്ങൾ, മാർഗ്ഗനിർദ്ദേശങ്ങൾ എന്നിവയ്ക്കുള്ള നാവിഗേഷൻ തന്ത്രം താമസിയാതെ മലയാളത്തിലും ലഭിക്കും. ചുരുക്കത്തിൽ മാറുന്ന കാലത്തിനനുസരിച്ച് മലയാളവും പരിണമിച്ചുകൊണ്ടിരിക്കുകയാണ്. ഇതെല്ലാം ഉൾക്കൊള്ളാനും പ്രാവർത്തികമാക്കാനുമുള്ള ഇച്ഛാശക്തിയാണ് ഇന്ന് അവശ്യം വേണ്ടത്.

# മലയാളത്തിന്റെ പ്രാചീനത

**മ**ലയാള ഭാഷയ്ക്കും സാഹിത്യത്തിനുംവേണ്ടി ഒരു സർവ്വകലാശാല, മലയാളഭാഷയ്ക്കു ക്ലാസിക് പദവി എന്നിവ സംബന്ധിച്ച ചർച്ചകളും ഒരുക്കങ്ങളും നടക്കുന്ന പശ്ചാത്തലത്തിലാണ് മലയാളഭാഷയുടെ പഴമയെക്കുറിച്ച് പലരും അന്വേഷിച്ചു തുടങ്ങിയത്. മലയാളത്തിന്റെ പ്രാചീനതയെക്കുറിച്ച് ഏറ്റവും വാചാലനായി സംസാരിച്ച സാഹിത്യചരിത്രകാരനാണ് മഹാകവി ഉള്ളൂർ. ആറ്റൂർ കൃഷ്ണപ്പിഷാരടിക്കും മലയാളപ്പഴമയെക്കുറിച്ച് സംശയമുണ്ടായിരുന്നില്ല. ചർച്ചയ്ക്കൊടുവിൽ മഹാകവി ഉള്ളൂർ മലയാളത്തിന് തമിഴിന്റെ മാതൃത്വപദവിവരെ വിഭാവന ചെയ്തിട്ടുണ്ട്. ഒരു ഭാഷയെ ക്ലാസിക് ഭാഷയായി പരിഗണിക്കുന്നതിന് ഭാരത സർക്കാർ നിശ്ചയിച്ചിട്ടുള്ള കാലപ്പഴക്കം ആയിരത്തഞ്ഞൂറ് വർഷമാണ്. സാഹിത്യപരമായ പഴക്കത്തിനാണ് ഊന്നൽ. ഈയൊരു വകുപ്പിൽ തട്ടിത്തടഞ്ഞാണ് മലയാളത്തിന്റെ ക്ലാസിക്പദവി മോഹം ഏറെ നാൾ മരീചികയായി വർത്തിച്ചത്.

കേരളത്തിൽ ജനവാസമുണ്ടായിരുന്നതിന് കിട്ടുന്ന ഏറ്റവും പുരാതനമായ രേഖാചിത്രം വയനാട്ടിലെ എടയ്ക്കൽ ഗുഹയുടെ ചുവരിലാണുള്ളത്. കല്ലുളികൊണ്ടോ കൂർത്ത ഇരുമ്പുപാരകൊണ്ടോ പാറയിൽ കോറിയിട്ടിട്ടുള്ള രൂപങ്ങളിൽ ആൾ രൂപങ്ങളും പക്ഷികളും വൃക്ഷങ്ങളും മൃഗങ്ങളും ഒക്കെയുണ്ട്. തമിഴ് - ബ്രാഹ്മിലിപികളിൽ രേഖപ്പെടുത്തിയിട്ടുള്ള ഏഴോളം കുറിപ്പുകളുമുണ്ട്. കടുമ്മി പുത ചേര, കോവാതൻ, പല്പുലി താത്തകാരി, വെങ്കോമലൈ കച്ചവനു ചത്തി, ഒപപ്പന വിര കോപുതിവിര എന്നിവയാണ് വായിച്ചെടുക്കപ്പെട്ടിട്ടുള്ള ലിഖിതങ്ങൾ.

ഈ കുറിപ്പുകളിൽ മലയാളഭാഷയുണ്ട്. എടയ്ക്കൽ ലിഖിതങ്ങളുടെ കാലം ക്രി. വ. രണ്ടും അഞ്ചും നൂറ്റാണ്ടുകൾക്കിടയ്ക്കാണ്. ചിത്രങ്ങൾക്ക്

അതിലും പഴക്കമേറും. പലകാലങ്ങളുടെ സൃഷ്ടികളാണവ. സഹ്യപർവ്വതത്തിനു പടിഞ്ഞാറ് കടൽ പിൻവാങ്ങിയുണ്ടായ സ്ഥലമാണ് കേരളം. 44 നദികളാലും കായലുകളാലും നീർത്തടങ്ങളാലും അതിരിടപ്പെട്ട അസംഖ്യം തുരുത്തുകളുടെ ഒരു സമവായമാണ് കേരളം. കടൽ പിൻവാങ്ങി കര തെളിയുന്ന മുറയ്ക്ക് കോയമ്പത്തൂർ, സേലം, തിരുനെൽവേലി പ്രദേശങ്ങളിൽനിന്നും ജനങ്ങൾ കുടിയേറ്റം തുടങ്ങിയിട്ടുണ്ടാകണം. ചേരം എന്ന പുരാതന സംജ്ഞയിൽ കേരളത്തിന്റെ ഭൂസ്വഭാവം ദർശിക്കാം, ചേർന്നത് എന്ന് വാക്കർത്ഥം. സഹ്യപർവ്വതത്തിനു കിഴക്ക് അധികാരത്തിലിരുന്ന ചേരവംശത്തിന്റെ ആധിപത്യം കേരളത്തിൽ ക്രമേണ ഉണ്ടായി. സംഘകാല തമിഴകത്തിന്റെ ഭാഗമായിരുന്ന കുരളം ക്രി.വ. ആറാം നൂറ്റാണ്ടുവരെ എന്നു സാമാന്യമായിപ്പറയാം.

സംഘകാലസാഹിത്യത്തിന് കേരളം നല്കിയിട്ടുള്ള സംഭാവനകൾ നിസ്സാരങ്ങളല്ല. കാക്കൈപ്പാടിനിയർ, പരണർ, മാമൂലനാർ, അഴിശ്ശി, കപിലർ തുടങ്ങിയ സംഘകാലകവികൾ കേരളീയരാണ്. ചേരരാജാക്കന്മാരെ കീർത്തിക്കുന്ന *പതിറ്റുപ്പത്ത്* രചിച്ചത് കേരളീയരായ സംഘം കവികളാണ്. *ചിലപ്പതികാര*വും *പെരുമാൾ തിരുമൊഴി*യും കേരളത്തിന്റെ സംഭാവനയാണ്. ഇങ്ങനെ സംഘകാല തമിഴകത്തിന്റെ ഭാഗമായി കേരളസംസ്കാരവും കേരളഭാഷയും വർത്തിച്ചുവെങ്കിലും കേരളഭാഷയിൽ 'മലൈനാട്ടുവഴക്കങ്ങൾ' ധാരാളമുണ്ടായിരുന്നുവെന്ന് *തൊൽകാപ്പിയം* എന്ന വ്യാകരണകൃതിയിൽ നിന്നു വ്യക്തമാണ്. ഇന്നത്തെ തമിഴിന് സുപരിചിതമല്ലാത്തതും മലയാളത്തിൽ പരിചിതവുമായ ധാരാളം പദങ്ങൾ *ചിലപ്പതികാര*ത്തിലും സംഘംകൃതികളിലുമുണ്ട്. അങ്ങാടി, അളിയൻ, അടയ്ക്ക, കൂറ് (പങ്ക്) തോണി, പാണി (ഒരു രാഗം), പിഴ, പൊതി, വഴിപാട്, കളരി, ഊൺ, കടവ്, കുപ്പായം, ചിതൽ, ചോര, തീറ്റി, പണിക്കൻ, ചെറുക്കൻ, പറ്റായം എന്നീ വാക്കുകൾ സംഘം കൃതികളിലുള്ളവയാണ്. തമിഴിൽ ലുപ്തപ്രചാരമായ ഇവ മലയാളിയുടെ നിത്യവ്യവഹാരത്തിൽ സ്ഥാനം പിടിച്ചവയാണെന്നു കാൺക. *ചിലപ്പതികാര*ത്തിലെ പനി, വാലായ്മ, കരയുക, മാന്നിക്കായ്, കുരവ എന്നീവാക്കുകൾ മലൈനാട്ടു വഴക്കത്തിൽപ്പെടുന്നു എന്നതും ശ്രദ്ധിക്കേണ്ടതുതന്നെ.

മലയാളത്തിന്റെ പ്രാക്തനതയ്ക്കു തെളിവാണ് രണ്ടാം വിഭക്തി പ്രത്യയമായ അ. സംഘകാല തമിഴിൽ ഈ പ്രത്യയമുണ്ടായിരുന്നു. തമിഴിൽ ഇത് പില്ക്കാലത്ത് അപ്രത്യക്ഷമായി. അവ, അവൈ, ഇവ, ഇവൈ എന്നിങ്ങനെ രണ്ടു രീതിയിൽ സംഘത്തമിഴിൽ കാണുന്ന ഈ വാക്കുകളിൽ പില്ക്കാല തമിഴ് അവൈ ഇവൈ മാത്രമേ സ്വീകരിച്ചിട്ടുള്ളു. അവൈയുടെ പ്രയോഗം അപൂർവ്വമാണുതാനും. മലയാളമാകട്ടെ പ്രാചീനങ്ങളായ അവയും ഇവയും സംരക്ഷിച്ചിരിക്കുന്നു. വാഴുന്നോർ എന്ന വാക്കിലെ ഓർ സർവ്വനാമ ബഹുവചനപ്രത്യയമാണ്. ഇതിന്റെ ഉപയോഗം മലയാളത്തിലേയുള്ളു. സംഘത്തമിഴിലെ ഈ പ്രത്യയം തമിഴിന് കൈമോശം വന്നു. ഉദ്ദേശികാപ്രത്യയമായ -നുവിന് വളരെ പഴക്ക

മുണ്ട്. ഇതും തമിഴിന്റെ കൈവശം ഇന്നില്ല. യാണ്ട്, ആണ്ട്; യാനൈ, ആനൈ, യാമൈ, ആമൈ യാട്, ആട്, എന്നീവാക്കുകൾ രണ്ടു പ്രകാരത്തിലും സംഘത്തമിഴിൽ പ്രയോഗിച്ചിട്ടുണ്ട്. ഇവ ഇന്നത്തെ തമിഴിലുമുണ്ട്. പക്ഷേ, മലയാളത്തിൽ പദാദിയകാരമില്ലാതെ ആട്, ആമ, ആന, ആണ്ട് എന്നീ പ്രാക്തനപദങ്ങൾ തന്നെ സ്വീകൃതമായിരിക്കുന്നു. മലയാളത്തിലെ വർത്തമാനകാല പ്രത്യയമായ ഉന്തുവിന്റെ ഉത്ഭവം സംഘത്തമിഴിലെ ഉന്തുവിൽ നിന്നാണ്. ഉന്തുവാണ് കന്നടത്തിൽ ഉത്തുവായും തെലുങ്കിൽ ഉതുവായും മാറിയത്. വിശേഷണ പ്രത്യയമായ - ഇയ ഉദാ: പഴകിയ - സംഘത്തമിഴിലുണ്ട്. തമിഴിൽ ഈ പ്രത്യയം - ഇന ആയി സർവ്വത്ര മാറി. മലയാളത്തിൽ - ഇയ ആധുനികകാലത്തും പ്രചാരത്തിലുണ്ട്. കുളിക്കാൻ പോയി എന്ന പ്രയോഗത്തിലെ പാക്ഷികവിനയെച്ച പ്രത്യയമായ - ആൻ തമിഴിൽ അന്യം നിന്നുപോയി. ഈ പ്രാക്തന പ്രത്യയം ഇന്ന് മലയാളത്തിൽ മാത്രമേയുള്ളൂ. പ്രാക് ദ്രാവിഡവർണ്ണങ്ങളായ ഞ, റ്റ, ഴ എന്നിവയുടെ ശരിയായ ഉച്ചാരണം ഇന്ന് മലയാളത്തിൽ മാത്രമേയുള്ളൂ. ഇതെല്ലാം വിരൽ ചൂണ്ടുന്നത് മലയാളഭാഷയുടെ പഴക്കത്തിലേക്കാണ്. എഴുതാൻ പാകത്തിൽ മലയാളം എടയ്ക്കൽ ഗുഹാലിഖിതങ്ങളുടെ കാലത്തുതന്നെ മൂപ്പെത്തിയിരിക്കേ വായ്മൊഴി രൂപത്തിൽ ആ ഭാഷ അതിനു എത്രയോ നൂറ്റാണ്ടുകൾക്കുമുമ്പുതന്നെ പ്രചരിച്ചിരിക്കണം.

# എത്ര സുന്ദരം

**അ**കാലസമയത്തിൽ അതും ഇതും ചെയ്യുന്നവർ ശ്രദ്ധിക്കുക. അകാലസമയം എന്നൊന്നില്ല. അകാലത്തിൽ അല്ലെങ്കിൽ അസമയത്തിൽ എന്നു മതി. രണ്ടുംകൂടി പ്രയോഗിക്കുന്നത് അഭംഗിയാണ്. അങ്ങനെയായിരുന്നു ചെയ്യേണ്ടിയിരുന്നതെന്ന് പലരും എഴുതിക്കണ്ടിട്ടുണ്ട്. നോക്കൂ. ഈ വാക്യത്തിൽ രണ്ടു ഭൂതകാല സൂചനകളുണ്ട്. ഒരെണ്ണം മതി. അപ്പോൾ അങ്ങനെയാണ് ചെയ്യേണ്ടിയിരുന്നത് എന്നോ അങ്ങനെയായിരുന്നു ചെയ്യേണ്ടത് എന്നോ തിരുത്തി എഴുതുന്നതു നന്ന്.

അട്ടിപ്പേറ് കിടക്കുന്നതും എഴുതുന്നതും ബോധശൂന്യന്മാരുടെ നടപടിയാണ്. അട്ടിപ്പേറ് എന്നൊരു പേറില്ല. പ്രസവത്തിന് പേറ് എന്ന് ചില ദിക്കിൽ പറയാറുണ്ട്. ഉദാ: പേറെടുത്തു. പേറെടുക്കുന്നവൾ പേറ്റിച്ചി. എന്നാൽ ഈ പേറിനും അട്ടിപ്പേറിലെ പേറിനും യാതൊരു ബന്ധവുമില്ല. അട്ടിപ്പേറിന്റെ ശരിയായരൂപം അട്ടിപ്പേരാണ്. അട്ടിപ്പേരെന്നാൽ പൂർണ്ണാവകാശമെന്നർത്ഥം. അട്ടിപ്പേരായി നല്കുന്ന രേഖയാണ് തീറാധാരം.

അനുകമ്പ എന്ന അർത്ഥത്തിൽ അനുഭാവം കാണിക്കുന്നവർ ധാരാളം. അനുഭാവത്തിന് അനുകമ്പ (sympathy) എന്ന അർത്ഥമില്ല. മാഹാത്മ്യം, മഹിമ, പ്രഭാവം എന്നീ അർത്ഥങ്ങളാണ് അനുഭാവത്തിനുള്ളത്. 'വിഭാവാനുഭാവ വ്യഭിചാരീ സംയോഗാദ്രസനിഷ്പത്തി' എന്നു പഠിച്ചവരും അനുഭാവം തെറ്റായി ധരിച്ചിട്ടുണ്ടെങ്കിൽ മാപ്പ് അർഹിക്കുന്നില്ല.

അനുകൂലനും പ്രതികൂലിയും ശരിയായ പദങ്ങളാണ്. പക്ഷേ, ജനങ്ങളിൽ ഭൂരിപക്ഷവും അനുകൂലിയുടെയും പ്രതികൂലിയുടെയും പിന്നാലെയാണ്. അനുകൂലമുള്ളവൻ അനുകൂലൻ; ഉള്ളവൾ അനുകൂല. അറി

യണമെന്ന ജിജ്ഞാസ പലർക്കുമുണ്ട്. അർത്ഥമറിയാതെയുള്ള പ്രയോഗങ്ങളിൽ ഒന്നാണിത്. ജിജ്ഞാസ എന്ന പദത്തിന് അറിയാനുള്ള ആഗ്രഹം. എന്ന അർത്ഥമുണ്ടായിരിക്കേ എന്തിനാണ് അറിയണമെന്ന് ജിജ്ഞാസ. 'ബ്രിട്ടന്റെ ആധിപത്യത്തിൻകീഴിൽ ഇരുന്നകാലത്ത് ഇത്രത്തോളം അതിക്രമങ്ങൾ ഉണ്ടായിരുന്നില്ല' എന്നു സഹതപിക്കുന്നവരോട് ഒരുവാക്ക്. സഹതാപം ഉണർത്തുന്നതാണ് 'ആധിപത്യത്തിൻ കീഴിൽ' എന്ന പ്രയോഗം. ആധിപത്യത്തിൽ എന്ന പദത്തിൽ തന്നെ കീഴിൽ എന്ന അർത്ഥമുള്ളതിനാൽ ആധിപത്യത്തിൻകീഴിൽ ഇരിക്കാതെ ആധിപത്യത്തിൽ ഇരിക്കുന്നതാണ് യോഗ്യം.

ആസ്വാദ്യകരം സാധുവല്ല. ആസ്വാദ്യം മതി. ആസ്വദിക്കാവുന്നത് എന്നർത്ഥം. വള്ളത്തോളിന്റെ 'ശിഷ്യനും മകനും' എന്ന കാവ്യത്തിലെ പ്രസിദ്ധമായ വരികളാണ്

'ജ്വലിച്ച കൺകൊണ്ടൊരു നോക്കുനോക്കി
പ്പാർശ്വസ്ഥനാകും പതിയോടുരച്ചു' എന്നത്.

പാർവ്വതിയുടെ നോട്ടമാണ് പ്രസ്തുതം 'കൺകൊണ്ട്' എന്ന പ്രയോഗം ശരിയല്ല. 'കണ്ണുകൊണ്ട്' എന്നാണു വേണ്ടത്. കവി പ്രയോഗമായതുകൊണ്ട് സഹിച്ചല്ലേ പറ്റൂ. വ്യവഹാരഭാഷയിൽ കൺകൊണ്ട് നോക്കാൻ ആർക്കും സാധിക്കുകയില്ല. കവിത എഴുതുന്നവൻ കവിയും എഴുതുന്നവൾ കവയത്രിയുമാണെന്നു ധരിക്കുന്നവർ ഏറെയുണ്ട്. ഇതിൽ കവയത്രി ഒരു കള്ളനാണയമാണ്. കവിത എഴുതുന്നവൾ കവയിത്രിയാണ്.

കാലയാപനം, കാലക്ഷേപം എന്നീ വാക്കുകൾക്ക് കാലം കഴിക്കുക എന്നാണ് അർത്ഥം. എന്നിരിക്കെ കാലയാപനം കഴിക്ക, കാലക്ഷേപം കഴിക്ക എന്നീ പ്രയോഗങ്ങൾ ഒഴിവാക്കണം. പകരം കാലയാപനം ചെയ്ക, കാലക്ഷേപം ചെയ്ക എന്നീ രൂപങ്ങൾ കൈക്കൊള്ളുക.

ചമ്മന്തിയെ ചിലർ സമ്മന്തിയും സംബന്തിയും ചട്ടിണിയും ആക്കാറുണ്ട്. ഇതിൽ രുചിയുള്ളത് ചമ്മന്തിക്കാണ്. 'ചമ്മന്തിപ്രായമരച്ചുവിട്ടു' എന്ന് വള്ളത്തോൾ പ്രയോഗിച്ചിട്ടുണ്ട്. ചിരണ്ടുകയും ചുരണ്ടുകയും ഒന്നല്ല. ചിരവകൊണ്ട് ചിരണ്ടുകയും നഖംകൊണ്ട് ചുരണ്ടുകയും ആകാം.

ഞായിൽ തുടങ്ങുന്ന വാക്കുകൾ ഏറെയുള്ളത് മലയാളത്തിലാണെങ്കിലും 'ഞടുങ്ങി' എന്ന പദം ശരിയല്ല. നടുങ്ങി എന്നാണ് ശരിയായ രൂപം. പൂർവ്വീകന്മാരെക്കാൾ പൂർവ്വികന്മാരാണു നല്ലത്. വീണ്ടുമുള്ള പ്രവേശനമാണ് പുനഃപ്രവേശനം. വിസർഗ്ഗമില്ലാതെയുള്ള 'പുനപ്രവേശം' പുനത്തിലേക്കുള്ള (ദ്വാരം) പ്രവേശനമാകും. പ്രസ്താവയോഗ്യം എന്ന അർത്ഥത്തിൽ പ്രസ്താവ്യം എന്നു പറയുന്നതും എഴുതുന്നതും ശരിയല്ല. പ്രസ്താവതവ്യം ആകാം.

പ്രമാദം എന്ന വാക്കിന്റെ അർത്ഥം തെറ്റ് എന്നാണ്. എന്നിരിക്കെ ഉത്സവം പ്രമാദമായി നടന്നു ; പ്രമാദമായ കൊലക്കേസ് എന്നീ പ്രയോ

ഗങ്ങളിലെ പ്രമാദം പ്രമാദം തന്നെയാണ്. വല്ലവിധേനയും കാര്യം സാധിക്കുന്നവർ ശ്രദ്ധിക്കുക, വിധേന തെറ്റായ പ്രയോഗമാണ്. വല്ലവിധത്തിലും എന്നായാൽ പ്രയോഗം ശരിയാവും.

ആദികവിയായ വാല്മീകിയെ പലരും വാത്മീകിയും വാന്മീകിയും ആക്കാറുണ്ട്. വല്മീകം എന്നാൽ ചിതൽപ്പുറ്റ്. വല്മീകത്തിൽനിന്നുണ്ടായവൻ വാല്മീകി. വാത്മീകിക്കും വാന്മീകിക്കും ഈ അർത്ഥമില്ല. വല്ക്കലം, പ്രഗല്ഭം, ശുല്കം എന്നീ വാക്കുകളിലും ലകാരമാണു വേണ്ടത്. സ്വയരക്ഷ, സ്വയാധികാരം, സ്വയപരിഷ്കാരം എന്നിവ തെറ്റായ പ്രയോഗങ്ങളാണ്. സ്വയം രക്ഷ, സ്വയം അധികാരം, സ്വയം പരിഷ്കാരം എന്നിവയാണ് സാധുരൂപങ്ങൾ. സ്വപരിഷ്കാരം ആകാം. സ്വയം എന്നത് എവിടെയും സ്വയം തന്നെ. അനുസ്വാരം ലോപിച്ചുകൂടാ.

'സ്വകപോലകല്പിതം' എന്ന് മേല്പത്തൂർ പ്രയോഗിച്ചിട്ടുണ്ട്. സ്വയം കല്പിതം എന്നു വിവക്ഷ. അർത്ഥം നോക്കുന്നതായാൽ 'സ്വകപോലകല്പിതം' തെറ്റായ പ്രയോഗമാണ്. കപോലത്തിന് ചെകിട് എന്നർത്ഥം. ബുദ്ധിയെന്നോ, ഭാവനയെന്നോ, മനസ്സെന്നോ അർത്ഥമില്ല. സംസ്കൃതമെന്നു തോന്നിപ്പിക്കുന്ന ഒരു അബദ്ധപ്രയോഗമാണ് 'സ്വകപോലകല്പിതം' മലയാളത്തിലും ഈ പ്രയോഗത്തിനു പ്രചാരമുണ്ട്. കഴിയുന്നതും ഒഴിവാക്കുന്നതു നന്ന്.

തീർത്ഥാടനം എന്നാൽ തീർത്ഥയാത്രയെന്നർത്ഥം. എന്നിരിക്കെ തീർത്ഥാടനയാത്ര എന്ന പ്രയോഗം എങ്ങനെ ശരിയാവും? അർത്ഥമറിയാതെ പ്രയോഗിക്കുന്നതുമൂലം വരുന്ന പിശകുകൾക്ക് ഒരു ഉദാഹരണമാണ് തീർത്ഥാടനയാത്ര. യാത്ര, സഞ്ചാരം, ചുറ്റിക്കറങ്ങൽ എന്നീ അർത്ഥങ്ങൾ 'അടന'ത്തിനുണ്ട്. അതിനാൽ തീർത്ഥാടനം മതി തീർത്ഥാടന യാത്ര വേണ്ട.

ഉച്ചാരണത്തിന്റെ കാര്യത്തിൽ ഇംഗ്ലീഷിൽനിന്നും കടം കൊണ്ടവാക്കുകളിന്മേലാണ് മലയാളിയുടെ ഉദാസീനമനോഭാവം ഏറ്റവും കൂടുതൽ കാണുന്നത്. ഇംഗ്ലീഷിൽ ട, ഠ, ഡ, ഢ, ണ ഇല്ലെന്നുള്ള വസ്തുത ആരു ശ്രദ്ധിക്കുന്നു? ഉച്ചാരണ വൈകല്യം കൊണ്ടാണ് ഇംഗ്ലീഷ് മംഗ്ലീഷാകുന്നത്. ഇംഗ്ലീഷിലെ വർത്സ്യ നകാരത്തെ 'ണ'കാരമാക്കുന്ന പ്രവണത മലയാളികളിൽ ഏറെയാണ്. national നാഷനൽ എന്നാണ് എഴുതേണ്ടതും പറയേണ്ടതും. പക്ഷേ, ഈ വാക്ക് ഇംഗ്ലീഷ് പഠിച്ചവരും പഠിക്കാത്തവരുമെല്ലാം 'നാഷണൽ' എന്നേ ഉച്ചരിക്കാറുള്ളു. ഇംഗ്ലീഷ് വാക്കുകളുടെ ഉച്ചാരണം അത്യന്തം ശിഥിലമാണ് മലയാളത്തിൽ. മാതൃഭാഷ തന്നെ തെറ്റിച്ച് ഉപയോഗിക്കുന്നവർ മറ്റുഭാഷാവഴക്കങ്ങൾ തെറ്റിക്കുന്നതിൽ അത്ഭുതപ്പെടാനില്ലെന്നു സമാധാനിക്കാം.

സമകാലീനർ എന്ന പ്രയോഗം ശരിയാണെന്ന് ധരിച്ചിട്ടുള്ളവർ ധാരാളമുണ്ട്. സമ-കാലിക-അർ എന്നാണ് പദസ്വരൂപം. സമകാലത്ത് അഥവാ ഒരേ കാലത്തുള്ളവർ എന്നർത്ഥം. സമകാലികത്തോട് ബഹുവചനപ്രത്യയമായ അർ ചേരുമ്പോൾ സമകാലികർ എന്ന പദമാണ് കിട്ടുന്നത്.

കാലീനർ തെറ്റായ രൂപമാണ്. സമകാലികർ, സമകാലികന്മാർ എന്നിവയാണ് സാധുരൂപങ്ങൾ. സമകാലികൻ എന്ന ഏകവചനത്തോട് ബഹുവചന പ്രത്യയമായ മാർ ചേർന്ന് സമകാലികന്മാർ ഉണ്ടാകുന്നു. അതുകൊണ്ട് സമകാലീനരെ ഒഴിവാക്കുക.

പറയാനുദ്ദേശിക്കുന്ന കാര്യങ്ങൾ വിശദമാക്കാൻ മലയാള വാക്കുകൾ ഉണ്ടെങ്കിൽ അവ ഉപയോഗിക്കാൻ ശ്രദ്ധിക്കണം. സംസ്കൃതം, ഇംഗ്ലീഷ് തുടങ്ങിയ ഭാഷകളിൽനിന്ന് പദങ്ങൾ സ്വീകരിക്കുമ്പോൾ ഇക്കാര്യം ഓർക്കേണ്ടതാണ്. മീൻകറി ഉള്ളപ്പോൾ എന്തിനാണ് ഫിഷ്കറി? ഇവിടെ രസാവഹമായ കാര്യം ഇംഗ്ലീഷ്ഭാഷയിൽ കറി വന്നത് മലയാളത്തിൽനിന്നാണെന്നുള്ള വസ്തുതയാണ്. മനുഷ്യബന്ധങ്ങളെ സൂചിപ്പിക്കാൻ ഇമ്പമോലുന്ന ധാരാളം വാക്കുകൾ മലയാളത്തിലുണ്ട്. അച്ഛൻ, അമ്മ, അപ്പച്ചി, അപ്പൂപ്പൻ, മുത്തശ്ശി, അമ്മാവൻ, മാമൻ, ചിറ്റപ്പൻ തുടങ്ങിയവരൊക്കെ ഉള്ളപ്പോൾ മമ്മിയും ഡാഡിയും, ഹസും ആന്റിയും, നീസും മറ്റും എഴുന്നള്ളിച്ച് എന്തിന് ഭാഷയെ വികലപ്പെടുത്തണം? മുൻപാകെ എന്ന പദമുള്ളപ്പോൾ എന്തിനു സമക്ഷത്തിനു പിന്നാലെ പോകണം. ശുദ്ധമലയാള പദങ്ങൾ ഉണ്ടെങ്കിൽ പ്രൗഢിക്കുവേണ്ടി സംസ്കൃതപദങ്ങളും ഇംഗ്ലീഷുപദങ്ങളും അന്വേഷിച്ചു പോകരുത്.

മോറങ്ങേറെ വിയർക്കിണോ വിശറിണോ
വീശ്വാളണോ വീശ്ണോ
ഏർന്നേരായി വിശക്ക്ണതില്ലയോ വൃഥാ
കുത്ത്യേക്ക്ണതെന്തേ ഭവാൻ?
നാർണ്ണോന്നൂണിന് ചോറണോഥ കറിണോ
കണ്ണ്യങ്ങണോ കപ്ളണോ
നേരേ ചൊല്ക മടിച്ചിടാതതു മുഴുവൻ
മാഴ്കാതെ നല്കീടുവൻ

വർണ്ണങ്ങൾക്കുണ്ടാകുന്ന സങ്കോചം കാണിക്കുന്നതിനായി 1896 ലെ കേരളപാണിനീയത്തിൽ രാജരാജവർമ്മ ഉദ്ധരിച്ചിട്ടുള്ള ശ്ലോകമാണിത്.

മുഖമങ്ങേറെ വിയർക്കുന്നോ വിശറിവേണോ
വീശുപാളവേണോ വീശണോ
ഏറെ നേരമായി വിശക്കുന്നതില്ലയോ വൃഥാ
കുത്തിയിരിക്കുന്നതെന്തേ ഭവാൻ
നാരായണമേനവനൂണിനു ചോറു വേണോ
കണ്ണിമാങ്ങവേണോ, കപ്പൽ മുളകു വേണോ
നേരേ ചൊല്ക മടിച്ചിടാതെ അതു മുഴുവൻ
മാഴ്കാതെ നല്കീടുവൻ.

എന്നു ശ്ലോകസാരം. സംസാരഭാഷയ്ക്ക് ദേശം തോറും വ്യക്തി തോറും ഉച്ചാരണഭേദങ്ങളുണ്ട്. സംസാരഭാഷയുടെ മുഖമുദ്ര ഉച്ചാരണമാണ്. ഈ ഉച്ചാരണഭേദങ്ങൾ ലിഖിതഭാഷയിൽ ഒഴിവാക്കണമെന്നാണ്

വൈയാകരണന്മാർ പൊതുവേ സ്വീകരിച്ചിട്ടുള്ള ഭാഷാനയം. പത്രമാസികകൾ, റേഡിയോ എന്നിവയിലൂടെയാണ് തെക്കർക്കും വടക്കർക്കും സ്വീകാര്യമായ ഒരു മാനകഭാഷ രൂപപ്പെട്ടത്. കഥാപാത്രങ്ങളുടെ സംഭാഷണങ്ങളിൽ മൊഴി ഭേദങ്ങൾ ഉൾപ്പെടുത്താമെങ്കിലും പൊതുവേദികളിലും സംവാദങ്ങളിലും മാനകഭാഷ ഉപയോഗിക്കുന്നതാണ് അഭികാമ്യം.

അദ്ധ്യാപകനെന്ന നിലയ്ക്ക് എന്റെ ചില അനുഭവങ്ങൾ പറയുന്നത് അസ്ഥാനത്തല്ലെന്നു തോന്നുന്നു. സി വി രാമൻ പിള്ളയുടെ ആഖ്യായികകളിലെ *പ്രതിപാത്രം ഭാഷണഭേദം* പഴയ കൊച്ചി മലബാർ പ്രദേശങ്ങളിലെ വിദ്യാർത്ഥികൾക്ക് ഉൾക്കൊള്ളാൻ പ്രയാസമാണെന്നാണ് സ്വാനുഭവം. എന്നാൽ *ഇന്ദുലേഖ*യിലെ ഭാഷയ്ക്കും കാലാതീതമായി സ്വീകാര്യതയുണ്ടുതാനും. *ഖസാക്കിന്റെ ഇതിഹാസ*ത്തിലെ കഥാപാത്രഭാഷണങ്ങളും ആസ്വാദനപക്ഷത്തിൽ രസഭംഗമുണ്ടാക്കുന്നുണ്ട്. കാവ്യഭാഷയിലും ഭാഷാഭേദങ്ങൾ ഉളവാക്കുന്ന ആശയക്ലിഷ്ടത കുറച്ചു കാണുന്നില്ല.

ചിരിവരുന്നുണ്ടതു ചിന്തിക്കുമ്പോൾ
നീയിപ്പാലത്തിൻ നാട്ടനൂഴും

എന്ന് ഇടശ്ശേരിയും, 'വെറുക്കനെ വെറുക്കനെ മുലക്കണ്ണു കറുക്കുമോ' എന്ന് ഒളപ്പമണ്ണയും ഗ്രാമ്യപദങ്ങൾക്ക് കാവ്യഭാഷയിൽ ഇടം നല്കിയിട്ടുള്ളത് നോക്കുക. 'നാട്ടനുഴലും', 'വെറുക്കനെയും' കേരളത്തിലെല്ലായിടത്തും മാറ്റിയെടുക്കാനാവുന്ന നാണയങ്ങളല്ലല്ലോ.

ഭരണഭാഷയിലേക്കു വരുമ്പോൾ ഇക്കാര്യത്തിൽ കുറേ നിഷ്കർഷകൾ വേണം. ജനങ്ങളുടെ ഭാഷയിലായിരിക്കണം ഭരണനടപടികൾ. ഭരണകാര്യങ്ങളിൽ ഇംഗ്ലീഷ് രീതിയാണ് നമ്മൾ പിന്തുടരുന്നത്. ഇംഗ്ലീഷുകാർ വരുന്നതിനുമുമ്പും ഇവിടെ ഭരണമുണ്ടായിരുന്നു. അന്ന് നാട്ടുഭാഷയിലായിരുന്നു എഴുത്തുകുത്തുകൾ. ഇംഗ്ലീഷുകാർ കുറേക്കാലം നമ്മെ ഭരിച്ചതുകൊണ്ട് ഭാഷാപരമായ ഒരു വിധേയത്വം ഉദ്യോഗസ്ഥന്മാരിലും ഭരണാധികാരികളിലും ഇപ്പോഴും നിലനില്ക്കുന്നു. അതുകൊണ്ടാണ് ഭരണഭാഷ പൂർണ്ണമായും മലയാളമാകാത്തത്. faithfully, obediently, worshipful, may I, your excellency തുടങ്ങിയ അടിമത്ത ഭാഷാസൂചനകൾ ഭരണതലത്തിൽ നിലനില്ക്കുന്നു. എന്തായാലും ഇത്രത്തോളം വിധേയത്വം പ്രകടിപ്പിക്കാൻ മലയാളം വഴങ്ങിക്കൊടുക്കില്ല. വായ്പനയം, ചുമതലബോധം, വായനശീലം എന്നീ ശരിരൂപങ്ങൾക്ക് വായ്പാനയം, ചുമതലാബോധം, വായനാശീലം എന്നീ നീട്ടലുകൾ ഉണ്ടായത് ഇംഗ്ലീഷ് ശൈലിയുടെ സ്വാധീനത്താലാണ്. സായുജ്യമാണ് ശരി; പക്ഷേ, മിക്കവർക്കും വേണ്ടത് സായൂജ്യമാണ്. 'ദയവായി' എന്നപദം സ്ഥാനത്തും അസ്ഥാനത്തും പ്രയോഗിക്കുന്നവർ പൊതുജനസേവനരംഗത്ത് ധാരാളമുണ്ട്. 'ദയവായി ഹാളിനു പുറത്തു നില്ക്കുന്നവർ അകത്തു കയറിയിരിക്കണമെന്ന്' മൈക്കിലൂടെ വിളിച്ചുകൂവുന്നത് ഒരു ഉദാഹരണം. ദയവായി എന്ന വാക്ക് ഇരിക്കേണ്ടിടത്തല്ല ഇരിക്കുന്നത്. ഹാളിനു പുറത്ത്

നില്ക്കുന്നവർ ദയവായി അകത്തു കയറി ഇരിക്കാനുള്ള അഭ്യർത്ഥന യാണ് തലതിരിഞ്ഞുപോയത്. Please, kindly എന്നിവ വേണ്ടസ്ഥാനത്ത് ഉപയോഗിക്കാൻ അറിയാത്തതാണ് പ്രശ്നം.

കാഴ്ചക്കാരായി നോക്കി നില്ക്കുന്നവരെക്കൊണ്ട് ഇരിക്കപ്പൊറുതി യില്ലാത്തവർ ധാരാളം. നോക്കിനില്ക്കാതെ ജാഥയിലോ സത്യഗ്രഹ ത്തിലോ പങ്കെടുക്കാൻ നേതാക്കന്മാർ അഭ്യർത്ഥിക്കാറുണ്ട്. കാഴ്ചയും നോക്കലും നേതാവിന് ഒന്നായതാണ് ഈ പ്രയോഗത്തിലെ പ്രശ്നം. കാഴ്ചക്കാരായി, നോക്കി, എന്നിവയിൽ ഒന്നേ ഈ അഭ്യർത്ഥനയിൽ വേണ്ടതുള്ളൂ.

അരോചകമായ ഒരു പ്രയോഗമാണ് 'പ്രസ്താവനയിൽ പറഞ്ഞു' എന്നത്. പറച്ചിൽ തന്നെ പ്രസ്താവന. അപ്പോൾ പ്രസ്താവനയിൽ പറഞ്ഞു എന്നത് ആവർത്തനമല്ലേ? എഴുതിപ്പുറപ്പെടുവിച്ചിട്ടുള്ളതി നെയും, പരസ്യമായി പറഞ്ഞതിനെയും പ്രസ്താവന എന്ന പദംകൊണ്ടു സൂചിപ്പിക്കാം. ഇതിനോട് പറഞ്ഞു ചേർക്കുന്നത് ശരിയല്ല. പ്രസ്താവ നയിൽ അറിയിച്ചുവെന്നോ പ്രസ്താവിച്ചുവെന്നോ പറയുന്നത് ഉചിതം. പ്രതിപാദ്യവിഷയമായി എന്ന് റിപ്പോർട്ടുകളിൽ കാണാറുണ്ട്. പ്രതിപാ ദിച്ചിട്ടുള്ള വിവരം എന്നാണ് പ്രതിപാദ്യത്തിന്റെ അർത്ഥം. അപ്പോൾ 'പ്രതിപാദ്യമായി' എന്നേ വേണ്ടൂ. ചർച്ചചെയ്തു, ചർച്ചാവിഷയമായി എന്നിവയിൽ ഏതെങ്കിലുമാണ് ഉചിതം. 'പള്ളികളിൽ അർദ്ധരാത്രി നടന്ന പാതിരാകുർബ്ബാനയിൽ ആയിരങ്ങൾ പങ്കെടുത്തു' എന്ന് ഒരു പത്ര വാർത്ത കുറച്ചു മുമ്പ് കണ്ടു. അർദ്ധരാത്രിയിൽ നടക്കുന്നതല്ലേ പാതിരാ കുർബ്ബാന. അർദ്ധരാത്രിയും പാതിരായും നല്കുന്ന ആശയം ഒന്നാ ണെന്നു മനസ്സിലാക്കാനുള്ള ബുദ്ധി റിപ്പോർട്ടർക്കില്ലാതെപോയി. മരിച്ച വന്റെ മൃതദേഹവുമായി പ്രതിഷേധം നടത്തുന്നവർ ധാരാളം. മൃതദേ ഹത്തിന് മുമ്പ് മരിച്ചവന്റെ പേര് ചേർത്താൽ ആശയക്കുഴപ്പം ഒഴിവാകും. 'ശിവരാമന്റെ മൃതദേഹവുമായി പ്രതിഷേധം നടത്തി' എന്ന ഉദാഹരണം നോക്കുക. ഭരണഭാഷയിൽ approval ഭരണാനുമതിയും draft നക്കലും, before hand മുൻകൂട്ടിയും ആകുന്നതാണു ഭംഗി. Abandenment കയ്യൊഴി ക്കലും abeyance നിർത്തിവെയ്ക്കലും abide by rules ചട്ടപ്പടിയും abscond ഒളിച്ചോടുകയും abstain വിട്ടുനിൽക്കുകയും ആകുമ്പോഴുള്ള സുഖം ഒന്നു വേറെ തന്നെ. Acknowledgment പറ്റുചീട്ടല്ലാതെ മറ്റെ ന്താണ്? പൊന്നും വിലയ്ക്കെടുക്കുന്ന നടപടി പണ്ടേ ഉള്ളതാണ്. Land acquisition പിന്നെന്തിന്? നടപടിദൂഷ്യത്തിന് ചാട്ടവാറടി ഉൾപ്പടെയുള്ള ശിക്ഷകൾ നല്കിയ ഭരണാധിപന്മാരായിരുന്ന വിശാഖം തിരുനാളും ശക്തൻ തമ്പുരാനും. Act of misconduct എന്ന ആംഗലേയ വാണിയെ ക്കാൾ ശക്തമല്ലേ മലയാളത്തിന്റെ നടപടി ദൂഷ്യം? നീക്കുപോക്കിൽ ഒതു ങ്ങാത്ത adjustment ഉണ്ടോ? മുൻകൂർ ജാമ്യത്തിന്റെ കാലമാണിത്. അതു കോടതിക്കാര്യം. ഉത്സവകാലങ്ങളിൽ നമുക്കു വേണ്ടത് festival allowance-ഉം advance-ഉം ആണ്. ഉത്സവബത്ത, മുൻകൂർ പണം എന്നീ

പദങ്ങൾകൊണ്ട് ഇക്കാര്യം വെടിപ്പായി പറയാൻ കഴിയും. അടിത്തൂണിൽ ഒതുങ്ങുന്ന ആശയം എന്തായാലും pension-ൽ ഇല്ല.

132 വർഷങ്ങൾക്ക് മുമ്പ് മഹാപണ്ഡിതൻ കൈക്കുളങ്ങര രാമവാര്യർ ഭാഷാപോഷിണി സഭയിൽ ചെയ്ത പ്രസംഗത്തിൽ മലയാളഭാഷാപോഷണസംബന്ധിയായി ഇപ്രകാരം പറഞ്ഞിരുന്നു:

'മലയാളഭാഷയുടെ പ്രധാന ന്യൂനത പദങ്ങളുടെ ദൗർലഭ്യമാണ്. മലയാളത്തെക്കാൾ ഉൽകൃഷ്ടങ്ങളായ ഭാഷകളിൽ പാണ്ഡിത്യമുള്ളവർക്ക് അവരുടെ അഭിപ്രായങ്ങൾ മുഴുവൻ വെളിപ്പെടുത്തുന്നതിനു വേണ്ടുന്ന പദങ്ങളെ സൃഷ്ടിക്കുകയാണ് നാം മുഖ്യമായി ചെയ്യേണ്ടത്. ആ സംഗതിയെക്കുറിച്ച് പല അഭിപ്രായഭേദങ്ങൾ ഉണ്ടായിരിക്കാം. എന്നാൽ എന്റെ അഭിപ്രായം പുതിയ പദങ്ങളെ നിർമ്മിക്കുന്നതിനെക്കാൾ നല്ലത് അവയെ മറ്റു ഭാഷകളിൽനിന്നു സ്വീകരിക്കുകയാണെന്നാകുന്നു. സംസ്കൃതത്തിലോ ഇംഗ്ലീഷിലോ പാണ്ഡിത്യമുള്ളവർ അവരുടെ വിവക്ഷപോലെ വേണ്ട പദങ്ങളെ അതാതു ഭാഷകളിൽനിന്നുതന്നെ എടുത്താൽ ഒരു അർത്ഥത്തിന് ഒരു വാക്കുതന്നെ എല്ലായിടത്തും നടപ്പാകുകയും ആ വാക്കുകൾക്ക് വേറെ അർത്ഥങ്ങളോ ധ്വനികളോ ഇല്ലാതിരിക്കുകയും ചെയ്യുന്നതാണ്.' എത്ര പുരോഗമനാത്മകമാണ് ഈ അഭിപ്രായം! സാങ്കേതിക പദങ്ങൾ അന്യഭാഷകളിൽനിന്നു സ്വീകരിക്കുമ്പോൾ ഉൾക്കൊള്ളേണ്ട തത്ത്വം ദൂരദൃഷ്ടിയോടുകൂടി കൈക്കുളങ്ങര രാമവാര്യർ ഇവിടെ സൂചിപ്പിച്ചിരിക്കുന്നു.

തമിഴിനെപ്പോലെ ഏതു വിദേശ പദത്തിനും സമാന്തര പദസൃഷ്ടി നടത്താൻ മലയാളത്തിനു കഴിയുകയില്ല. നമ്മൾ ഇക്കാര്യത്തിൽ സംസ്കൃതഭാഷയെ വലിയൊരളവിൽ ആശ്രയിച്ചിരുന്നു. അങ്ങനെ തത്ഭവമായും തത്സമമായും ധാരാളം വാക്കുകൾ മലയാളത്തിലുണ്ടായി. സംസ്കൃതത്തിന്റെ സ്ഥാനത്ത് ഇന്ന് സഹായി ഇംഗ്ലീഷാണ്. മനസ്സുവെച്ചാൽ ഇംഗ്ലീഷിനേയും തത്സമതത്ഭവരൂപത്തിലും തനതു പദസൃഷ്ടി നടത്തിയും മെരുക്കിയെടുക്കാൻ മലയാളത്തിനു കഴിയും. സർവ്വം ഗ്രാഹിയാണ് മലയാളത്തിന്റെ സ്വനിമ വ്യവസ്ഥ. ഒ എൻ വി പാടിയതുപോലെ.

എത്രസുന്ദരം എത്രസുന്ദരം എന്റെ മലയാളം
മുത്തുപവിഴങ്ങൾ കൊരുത്തൊരു പൊന്നുനൂൽപോലെ.

# ഭാഷ നമ്മുടെ ശ്രേയസ്സാകുന്നു

**മാ**തൃഭാഷാ പഠനത്തിൽ ഏറെ പിന്നാക്കം പോയിട്ടുള്ള ഒരു ജനവിഭാഗമാണ് മലയാളികൾ. നഴ്സറി, പ്ലേ സ്കൂൾ തലം തൊട്ടേ കുട്ടികൾക്ക് ഇംഗ്ലീഷ് മാദ്ധ്യമത്തിൽ വിദ്യാഭ്യാസം നല്കുന്ന പ്രവണത നാട്ടിൻപുറങ്ങളിൽപോലും ഇന്നു ദൃശ്യമാണ്. ആരും പഠിപ്പിക്കാതെ സ്വയം ഗ്രഹിക്കുന്ന ഭാഷയാണ് മാതൃഭാഷ. ഒരു കുട്ടിയെ പഠിപ്പിക്കാൻ ഏറ്റവും യുക്തമായ മാദ്ധ്യമം കുട്ടിയുടെ മാതൃഭാഷതന്നെയാണ്. സ്വയം സിദ്ധമാണ് മാതൃഭാഷാവബോധം. മനഃശ്ശാസ്ത്രപരമായി ഭാഷ അർത്ഥവത്തായ ചിഹ്നങ്ങളുടെ സമവായമാണ്. അത് ഭാഷകന്റെ മസ്തിഷ്കത്തിൽ ജനിച്ച് ആവിഷ്കരണ രൂപമാർജ്ജിക്കുന്നു. മനസ്സിലാക്കപ്പെടുന്നു. സമൂഹശാസ്ത്രപരമായി ഒരു ഭാഷണസമൂഹത്തിൽ വ്യക്തിയുടെ തിരിച്ചറിയൽ സൂചകമാണ് മാതൃഭാഷ. വിദ്യാഭ്യാസപരമായി നോക്കിയാൽ ഏതും പൂർണ്ണമായി ഗ്രഹിക്കാൻ വ്യക്തിക്കു സാധിക്കുന്നത് മാതൃഭാഷയിലൂടെയാണ്. ജന്മനാ പരിചിതമല്ലാത്ത ഒരു മാദ്ധ്യമത്തിലൂടെയുള്ള വിദ്യാർജ്ജനം കുട്ടികളുടെ ഗ്രഹണശേഷിയെ തളർത്തുന്നുവെന്നാണ് പഠനങ്ങൾ വ്യക്തമാക്കുന്നത്.

ജന്മനാ സിദ്ധമായ മാതൃഭാഷയുടെ ഉപയോഗത്തിൽ അലംഭാവമുള്ളവർ സൃഷ്ടിക്കുന്ന പ്രശ്നങ്ങൾ ഏറെയുണ്ട്. വായ്മൊഴിയിൽ വരുന്ന തെറ്റുകൾ ഏറെപ്പേരും ശ്രദ്ധിക്കാറില്ല. എന്നാൽ വരമൊഴിയിൽ വരുന്ന തെറ്റുകൾ ഏട്ടിൽ പതിഞ്ഞുകിടക്കും. വായനയ്ക്കിടയിൽ രസവിച്ഛിത്തി വരുത്തുന്ന അലോഹ്യങ്ങളാണ് വാക്യത്തെറ്റുകളും അക്ഷരത്തെറ്റുകളും. അർത്ഥമറിയാതെ വാക്കുകൾ പ്രയോഗിക്കുക, മാന്യത ഉളവാക്കുന്നു എന്ന ധാരണയിൽ പദങ്ങളിൽ ഉച്ചാരണഭേദങ്ങൾ വരുത്തുക, തനതു വാക്കുകൾ കിട്ടുന്നില്ലെന്ന നാട്യത്തിൽ വിദേശപദങ്ങളും ശൈലികളും

ഉപയോഗിക്കുക തുടങ്ങി മലയാളഭാഷ വായ്മൊഴി, വരമൊഴി തലങ്ങ
ളിൽ നേരിടുന്ന പ്രശ്നങ്ങൾ നിരവധിയുണ്ട്.

കാട്ടിപ്പിക്കുന്നു, ഊട്ടിപ്പിക്കുന്നു, പറയിപ്പിക്കുന്നു, നീക്കിപ്പിക്കുന്നു,
കളയിപ്പിക്കുന്നു എന്നിങ്ങനെ രണ്ടും മൂന്നും പ്രയോജക പ്രത്യയങ്ങൾ
ചിലർ പ്രയോഗിക്കാറുണ്ട്. ഇത് പൊട്ടിൻമേൽ പൊട്ടുപോലെ അനാവ
ശ്യവും അഭംഗിയുമാണ്. കാട്ടുന്നു, ഊട്ടുന്നു, പറയിക്കുന്നു, നീക്കുന്നു,
കളയിക്കുന്നു എന്നുമതി.

'ബോധപ്പെടും' എന്ന നൈസർഗ്ഗികരൂപമിരിക്കെ 'ബോദ്ധ്യപ്പെടും'
എന്ന് എഴുതുന്നവരും പറയുന്നവരും ധാരാളമുണ്ട്.

സർക്കാരിന്റെ എഴുത്തുകുത്തുകളിലാണ് അനാകർഷകമായി
വാക്യങ്ങളും ശൈലികളും ധാരാളമായി കാണുന്നത്. ഭിന്നകാര്യങ്ങളാ
ണെങ്കിലും ഒരൊറ്റ വാക്യം കൊണ്ട് അവയെ എഴുതുന്നതാണ് സാമർ
ത്ഥ്യമെന്നു കരുതുന്ന ഉദ്യോഗസ്ഥരാണ് അസംബന്ധവാക്യങ്ങൾക്ക്
ഉത്തരവാദികൾ. അന്യോന്യം യോജിക്കാത്ത പലതരം വാക്യങ്ങളെ കൂട്ടി
ത്തയിച്ച് ഉണ്ടാക്കുന്ന മഹാവാക്യങ്ങൾ കോമാളിയുടെ കുപ്പായം പോലെ
വിചിത്രങ്ങളായിരിക്കുമെന്ന കാര്യത്തിൽ സംശയമില്ല. ഒരുദാഹരണം
നോക്കുക.

ബി എന്ന വകുപ്പുപ്രകാരം പുറപ്പെടുവിക്കുന്ന ഏതൊരു പരസ്യവും
അത് പുറപ്പെടുവിച്ചതിനുശേഷം കഴിയുന്നത്രവേഗം നിയമസഭായോഗം
ചേർന്നിരിക്കുമ്പോൾ അതിന്റെ മുമ്പാകെ - ആകെ പതിനാല് ദിവസ
ത്തേക്ക് അങ്ങനെയുള്ള കാലം ഒരേ സമ്മേളനത്തിലോ തുടർച്ചയായുള്ള
രണ്ടു സമ്മേളനങ്ങളിലോ പെടാം - വയ്ക്കേണ്ടതും അപ്രകാരം അതു
വയ്ക്കുന്ന സമ്മേളനമോ, അതിനു തൊട്ടടുത്തുവരുന്ന സമ്മേളനമോ
അവസാനിക്കുന്നതിനുമുമ്പ് നിയമസഭ പരസ്യത്തിൽ വല്ല ഭേദഗതിയും
വരുത്തുകയോ അല്ലെങ്കിൽ പരസ്യം പുറപ്പെടുവിക്കേണ്ടതില്ലെന്ന് തീരു
മാനിക്കുകയോ ചെയ്താൽ, പരസ്യത്തിന്, അതിനുശേഷം, അതതു
സംഗതിപോലെ അങ്ങനെ ഭേദപ്പെടുത്തിയ രൂപത്തിൽ മാത്രം പ്രാബ
ല്യമുണ്ടായിരിക്കുന്നതും അഥവാ യാതൊരു പ്രാബല്യവും ഇല്ലാതിരി
ക്കുന്നതുമാകുന്നു (G O (Ms) 329-29th October, 1968).

പലവസ്തുക്കൾ ഒറ്റവാക്യത്തിൽ വേണമെന്ന ശാഠ്യം കൊണ്ടാണ്
ഈ വാക്യം ഇത്ര വികലമായത്. ഇംഗ്ലീഷിലെ വാക്യശൈലി തന്നെ
അനുവർത്തിക്കുന്നതാണ് ഭരണഭാഷയെന്ന ധാരണ തിരുത്തണം. മുക
ളിൽപ്പറഞ്ഞ വാക്യം മലയാള രീതിയനുസരിച്ച് ഇങ്ങനെ എഴുതാമല്ലോ.

1. ബി എന്ന വകുപ്പു പ്രകാരം പുറപ്പെടുവിക്കുന്ന ഏതൊരു പര
സ്യവും പുറപ്പെടുവിച്ചതിനുശേഷം കഴിയുന്നത്ര വേഗം നിയമസഭയിൽ
വെയ്ക്കണം. നിയമസഭകൂടുന്നത് എത്ര ദിവസത്തേക്കായാലും പരസ്യം
സംബന്ധിച്ച് അവിടെ എടുക്കുന്ന നിശ്ചയപ്രകാരം നടപടി സ്വീകരി
ക്കണം. ഇക്കാര്യം എന്തിന് നീട്ടിവലിച്ച് ക്ലിഷ്ടമാക്കണം?

ഇരിയുകയും ഉരിയുകയും ഒന്നല്ല. പഴം ഇരിയലാണ്. തുണി ഉരി

യലാണ്. രണ്ടിന്റേയും അർത്ഥം ഭിന്നമാണ്. ഇതറിയാതെ പഴം ഉരിയു
ന്നവർ ധാരാളം. പഴം പടലയിൽനിന്ന് ഇരിയുകയാണ് വേണ്ടത്. പിടിച്ച്
കീഴോട്ട് വലിച്ചെടുക്കുന്നതാണ് ഇരിയൽ. ചുറ്റപ്പെട്ടിരിക്കുന്ന ഒരു വസ്തു
സ്വാഭാവികമായി സ്ഥാനം തെറ്റുന്നതോ, ബന്ധം അഴിക്കുന്നതോ ആണ്
ഉരിയൽ.

സംസ്കൃതഭാഷയിൽനിന്നും കടം കൊണ്ട വാക്കുകളുടെ എഴു
ത്തിലും ഉച്ചാരണത്തിലും മലയാളികൾ ഏറെ തെറ്റുകൾ വരുത്തുന്നുണ്ട്.
തത്ഭവമായോ തദ്സമമായോ ആണ് വാക്കുകളുടെ സ്വീകരണം. ഏതു
ഭാഷയിൽനിന്നുള്ള സ്വീകരണമായാലും മലയാളവ്യാകരണമനുസരിച്ചാ
യിരിക്കണം അവയുടെ പ്രയോഗമെന്നാണ് വൈയാകരണവിധി.
സംസ്കൃതവ്യാകരണമനുസരിച്ച് മലയാളികൾ ഭൂരിപക്ഷത്തിന്റെയും
സംസ്കൃതപദോച്ചാരണം വികലമാണ്. പഴയ രീതിയിൽ ആശാന്മാരുടെ
നിയന്ത്രണത്തിൽ അക്ഷരമാല പഠിച്ചവരിൽ സംസ്കൃതഭാഷോച്ചാരണം
ശരിക്കു കേൾക്കാം. അല്ലാത്തവരിൽ അതിഖരമൃദുഘോഷങ്ങളുടെ ഉച്ചാ
രണത്തിൽ ന്യൂനത സംഭവിക്കാറുണ്ട്. ഇംഗ്ലീഷിൽനിന്ന് സ്വീകരിച്ചവാക്കു
കളുടെ ഉച്ചാരണത്തിലും അനുഭവം മറ്റൊന്നല്ല. സംസ്കൃതത്തിലെ ത,
ദ, ല അക്ഷരങ്ങൾ പദമദ്ധ്യത്തിൽ കൂട്ടക്ഷരത്തോടൊപ്പം വരുമ്പോൾ
മൂന്നിനും കൂടി 'ൽ' പ്രയോഗിച്ചുകാണുന്നു. ഉത്കണ്ഠ – ഉൽക്കണ്ഠയാ
യും, ഭഗവദ്ഗീത – ഭഗവൽഗീതയായും ഭഗവത്ഗീതയായും, ഉദ്ഘാട
നം – ഉൽഘാടനം, ഉത്ഘാടനം എന്നിങ്ങനെയായും ഉച്ചരിക്കുകയും എഴു
തുകയും ചെയ്യുന്നവർ ധാരാളമാണ്. തദ്സമമായി സ്വീകരിക്കുന്ന വാക്കു
കൾ മൂലഭാഷയുടെ വ്യവസ്ഥ സ്വീകരിച്ച് പ്രയോഗിക്കുകയാണ് വേണ്ട
ത്. അതനുസരിച്ച് ഉത്കണ്ഠ, ഭഗവദ്ഗീത, ഉദ്ഘാടനം, തദ്സമയം എന്നി
വയാണു ശരിരൂപങ്ങൾ. ശരത് ചന്ദ്രൻ സംസ്കൃതമനുസരിച്ചും ശരച്ച
ന്ദ്രൻ മലയാളമനുസരിച്ചും ശരിതന്നെ. ദുശ്ശകുനം, മനസ്സന്തോഷം, മന
സ്സാക്ഷി എന്നിവ മലയാളനയമനുസരിച്ച് സാധുവായ സന്ധിരൂപമാണ്.
ലകാരത്തിന്റെ ചില്ലാണ് ൽ. സ്വരംചേരാത്ത വ്യഞ്ജനമാണ് ചില്ലുകൾ.
ൺ, ൻ, ൽ, ൾ, എന്നിവ ഉദാഹരണം. പൂജ്യം മകാരത്തിന്റെ ചില്ലാണ്.
ചില്ലെന്ന് അതിനെ പറയാറില്ല. അനുസ്വാരമെന്നാണ് അംഗീകൃതനാമം.
'മകാരം താനനുസ്വാരം സ്വരം ചേർന്നാൽ തെളിഞ്ഞിടും.' എന്നു പ്രമാണം.
മരം + അല്ല = മരമല്ല. സംസ്കൃതവാക്കുകളിലെ കൂട്ടക്ഷരത്തോടൊപ്പം
വരുന്ന ത്, ദ്, ല് കൾക്കു പകരം മലയാളത്തിൽ 'ൽ' ചേർക്കാതിരി
ക്കാൻ ശ്രദ്ധിക്കുക

അർത്ഥമറിയാതെ പ്രയോഗിക്കുന്നതിന് ഒരു നല്ല ഉദാഹരണമാണ്
'ഉത്സവാഘോഷങ്ങൾ അതിരുകടക്കുകയും പരിധി ലംഘിക്കുകയും
ചെയ്യരുത്' എന്ന ആഹ്വാനം. 'അതിര് കടക്കുക' എന്ന പ്രയോഗം തനി
മലയാളമാണ്. അതൊന്നു ഘനപ്പിക്കാനാണ് 'പരിധി ലംഘിക്കൽ' എന്ന
സംസ്കൃത പ്രയോഗം. രണ്ടു പ്രയോഗങ്ങളുടെയും പൊരുൾ ഒന്നു
തന്നെ. അതിനാൽ അവരണ്ടും ഒരേവാക്യത്തിൽ പ്രയോഗിക്കരുത്. ഉത്സ

വത്തിലും ആഘോഷത്തിലും ഒരേ ആശയമാണുള്ളത്. അതിനാൽ പ്രകൃതവാക്യത്തിൽ ഇവയിൽ ഒന്നു മതി. അപ്പോൾ ഉത്സവം അതിരു കടക്കരുത് എന്നോ ആഘോഷം അതിരു കടക്കരുത് എന്നോ; ഉത്സവം പരിധി ലംഘിക്കരുത്, ആഘോഷം പരിധി ലംഘിക്കരുത് എന്നോ പറയുന്നത് ഉചിതം.

വിജയാശംസകൾ നേരുന്നവർ സമൂഹത്തിൽ ധാരാളമുണ്ട്. ഇവർ നേരുന്നത് വിജയമാണോ ആശംസകളാണോ? വിജയം നേരുന്നു എന്നോ വിജയം ആശംസിക്കുന്നു എന്നോ അനുഗ്രഹിക്കുക. ആശംസിക്കുന്നതും നേരുന്നതും ഫലത്തിൽ ഒന്നു തന്നെ. അതിനാൽ നേരുന്നതിനോടൊപ്പം ആശംസയും, ആശംസയുള്ളിടത്ത് നേരുന്നതും ആശാസ്യമല്ല. 'ഇന്ത്യ സ്വാതന്ത്ര്യം നേടിയത് രക്തരൂക്ഷിതമായ വിപ്ലവത്തിലൂടെയല്ല' എന്ന പ്രസ്താവത്തിൽ വക്താവ് ഉദ്ദേശിച്ചത് രക്തംചിന്തിയ വിപ്ലവത്തിലൂടെയല്ല എന്ന അർത്ഥമാണ്. ഈ അർത്ഥം കിട്ടണമെങ്കിൽ രക്തരൂക്ഷിതത്തിലെ 'ക്ഷി' > 'ഷി' ആകണം. രക്തരൂഷിതം (രക്തം പുരണ്ട) ആണ് ശരി പ്രയോഗം.

പ്രസംഗങ്ങളിൽ ധാരാളമായി കേൾക്കുന്ന ഒരു പദമാണ് സർവ്വശ്രീ. ഒന്നിൽ കൂടുതൽ പ്രസംഗകർ ഉണ്ടെങ്കിൽ സർവ്വശ്രീ നാരായണൻ നായർ, ശ്രീധരമേനോൻ, ജി കെ പണിക്കർ എന്നിങ്ങനെ പ്രസംഗത്തിൽ പരാമർശിക്കാം. ഒരാളിന്റെ വിശേഷണമായി സർവ്വശ്രീ പ്രയോഗിക്കുന്നത് അഭംഗിയാണ്. ബ്രഹ്മശ്രീ, ശ്രീ ശ്രീ എന്നിവപോലെ വിശേഷാർത്ഥം ജനിപ്പിക്കുന്ന പ്രയോഗമല്ല സർവ്വശ്രീ. ഒരാളെപ്പറ്റിയേ ബഹുമാനത്തോടുകൂടി പരാമർശിക്കേണ്ടതായിട്ട് ഉള്ളുവെങ്കിൽ ശ്രീ മാത്രം ചേർക്കുന്നതാണ് ഉചിതം. അസാദ്ധ്യവും ദുസ്സാദ്ധ്യവും ഒന്നല്ല. സാധിക്കാത്തത് അസാദ്ധ്യം. വളരെ പണിപ്പെട്ട് സാധിക്കാവുന്നത് ദുഃസാദ്ധ്യം. അതുപോലെ അർത്ഥമറിയാതെ പ്രയോഗിക്കാറുള്ള വാക്കുകളാണ് ജ്ഞാനവും വിജ്ഞാനവും. ആദ്ധ്യാത്മികമായ അറിവാണ് ജ്ഞാനം. ഭൗതികമായ അറിവുകളാണ് വിജ്ഞാനം. ജന്മശതാബ്ദി കൊണ്ടാടുന്നവർ ശ്രദ്ധിക്കുക. നൂറുവയസ്സ് തികഞ്ഞാലേ ജന്മശതാബ്ദിയാകൂ. 60-ാം ജന്മശതാബ്ദി, 70-ാം ജന്മശതാബ്ദി, 85-ാം ജന്മശതാബ്ദി കൊണ്ടാടുന്നവർ യഥാർത്ഥത്തിൽ ജന്മദിനമോ, ജന്മവർഷമോ ആണ് ആഘോഷിക്കുന്നത്. ജീവിതത്തിൽ ആയിരം പൂർണ്ണചന്ദ്രന്മാരെക്കണ്ടവർ ആഘോഷിക്കുന്നത് ശതാബ്ദിയാണ്; ജന്മശതാബ്ദിയല്ല.

ടിക്കറ്റെടുക്കാൻ ക്യൂനിന്നതും മാവേലി സ്റ്റോറിൽ ക്യൂനിന്നതും നമ്മുടെ ആൾക്കാർക്ക് ഭഗീരഥപ്രയത്നമാണ്. നോക്കണേ ഭഗീരഥൻ അനുഷ്ഠിച്ച തീവ്രയത്നത്തെ മലയാളി എത്ര നിസ്സാരവല്ക്കരിച്ചിരിക്കുന്നുവെന്ന്. വാക്കുകൾ അസ്ഥാനത്ത് പ്രയോഗിച്ചാൽ ഉണ്ടാകുന്ന അനൗചിത്യത്തിന് ഒരു ഉദാഹരണമാണ് ഭയങ്കരം, ലോപം, ലോഭം, പ്രചാരണം തുടങ്ങിയ വാക്കുകൾ. പ്രചാരണം അടുത്തകാലത്ത് ധാരാളമായി ഉപയോഗിക്കുന്ന ഒരു വാക്കാണ്. പ്രചരണം ആണ് പൂർവ്വരൂപം. നവയുഗ

ഭാഷാനിഘണ്ടുവിൽ പ്രചാരണം എന്ന വാക്കില്ല. ശ്രീകണ്ഠേശ്വരത്തിന്റെ ശബ്ദതാരാവലിയിൽ പ്രചരണം ആണ് ഉണ്ടായിരുന്നത്. പി ദാമോദരൻ നായർ പരിഷ്കരിച്ച ശബ്ദതാരാവലിയിൽ പ്രചാരണവും കടന്നുകൂടി. പ്രചരിപ്പിക്കൽ ആണ് പ്രചാരണം, ഫലേച്ഛയോടുകൂടിയദാനം. പ്രചാരണം ക്രിയാനാമമാണ്. അതിനാൽ പ്രചാരണം നടത്തി എന്നപ്രയോഗം അബദ്ധമാണ്. ഇറങ്ങിപ്പോക്കുനടത്തി എന്നു പറയുന്നതുപോലെ അരോചകമായ പ്രയോഗമാണ് പ്രചാരണം നടത്തൽ.

അധികരിക്കുക എന്നത് അധികാരം എന്ന നാമത്തിന്റെ ക്രിയാരൂപമാണ്. വിഷയമാക്കുക എന്നർത്ഥം. അധികമാവുക എന്ന അർത്ഥത്തിൽ 'മഴ അധികരിച്ചിരിക്കുന്നു'. 'കടം കൊള്ളുന്ന പ്രവണത അധികരിച്ചിരിക്കുന്നു' എന്നിങ്ങനെ പ്രയോഗിക്കുന്നതു ശരിയല്ല. അധികമാക്കുക എന്ന അർത്ഥത്തിൽ അധികരിപ്പിക്ക എന്നെഴുതുന്നതും പറയുന്നതും ഒഴിവാക്കേണ്ടതു തന്നെ. അനുയോജ്യത്തെക്കാൾ നല്ലത് അനുരൂപമാണ്. ആക്ഷേപിക്കുക എന്ന അർത്ഥത്തിൽ അപലപിക്കുക എന്നു പ്രയോഗിക്കുന്നതു തെറ്റാണ്. നിരസിക്കുക, നിഷേധിക്കുക എന്നീ അർത്ഥങ്ങളാണ് അപലപിക്കലിനുള്ളത്.

'ആവശ്യം വേണ്ടത്' തെറ്റായ പ്രയോഗമാണ്. ആവശ്യം എന്ന വാക്കിന് നിർബ്ബന്ധം വേണ്ടത് എന്നാണർത്ഥം. അതിനാൽ അവശ്യം കഴിഞ്ഞ് വേണ്ടതു ചേർക്കരുത്. ആവശ്യം എന്ന വാക്കിന് വേണ്ടതെന്നർത്ഥം. പരസ്യമായ ഒരു കാര്യത്തെപ്പറ്റി പറയുമ്പോൾ 'ആർക്കാണ് അറിയാത്തത്' എന്ന പ്രതികരണം സാധാരണമാണ്. ആരാണ് അറിയാത്തത് എന്നോ ആർക്കാണ് അറിവില്ലാത്തത് എന്നോ പ്രതികരിക്കുന്നതാണ് ഭാഷാപരമായി നല്ലമൊഴി. എന്നിരുന്നാലും, എന്നിരുന്നിട്ടും എന്നിങ്ങനെ വലിച്ചുനീട്ടി പറയുന്നത് 'എന്നാലും' എന്ന വാക്കിൽ ഒതുക്കിപ്പറയുന്നതാണു ഭംഗി. ഐക്യത, പ്രാധാന്യത, സാമാന്യത, സഖ്യത, ജാള്യത മുതലായ പദങ്ങളിലെ തകാരം ഒരധികപ്പറ്റാണ്. ഐക്യം, പ്രാധാന്യം, സാമാന്യം, സഖ്യം, ജാള്യം എന്നായാൽ എന്തു സുഖം.

കുറച്ചുനാളുകളായി പ്രചരിച്ചുപോരുന്ന ഒരു പ്രയോഗമാണ് സാമൂഹ്യം. ഈ പ്രയോഗം ശരിയല്ല, സാമൂഹികമാണു ശരി. സാമൂഹിക വികസനപദ്ധതി, സാമൂഹികജീവിതം, സാമൂഹികപുരോഗതി എന്നൊക്കെയാണു വേണ്ടത്. സാമൂഹ്യം ഒരു തരം യാഗാഗ്നിയാണ്. സാമൂഹ്യപാഠം, സാമൂഹ്യപരിണാമം, സാമൂഹ്യമനസ്സ് എന്നിവ തെറ്റു തന്നെ. സംഘം എന്നർത്ഥമുള്ള വാക്കുകളോട് 'അതിൽ ചേരുന്നവർ' എന്ന അർത്ഥമുള്ള 'ഠക്ക്' ചേർക്കുമ്പോൾ കിട്ടുന്ന പദങ്ങളാണ് സൈനികർ, സാമാജികൻ, സാമൂഹികൻ എന്നിവ. സാമൂഹ്യം എന്നവാക്ക് സംസ്കൃതമനുസരിച്ചായാലും മലയാളം അനുസരിച്ചായാലും സാധുവല്ല.

സ്വയാധികാരവും സ്വയരക്ഷയും സ്വയാർജ്ജിതവും പരക്കെ പ്രയോഗിക്കാറുള്ള പദങ്ങളാണ്. സ്വയം അധികാരം ഏല്ക്കുന്നതാണ് സ്വയം

അധികാരം. അത് സ്വാധികാരം എന്നും എഴുതാം. സ്വയം എന്ന വാക്ക് ഏതു വാക്കിനോടു ചേർത്താലും അനുസ്വാരം ലോപിച്ചു കൂടെന്നു നിയമം. സ്വയംഭൂ, സ്വയംവരം എന്നിവ നോക്കുക. സ്വയം രക്ഷയെ സ്വയ രക്ഷയാക്കരുത്. സ്വയാർജ്ജിതത്തെക്കാൾ നല്ലത് സ്വാർജ്ജിതമാണ്. 'ഉത്തമം സ്വാർജിതം വിത്തം' എന്നാണല്ലോ പ്രമാണം.

ചുവപ്പ്, ചുകപ്പ്, ചൊകപ്പ്, ചുമപ്പ്- വ്യവഹാരഭാഷയിൽ ഉറച്ചുപോയ വാക്കുകളാണ്. ഈ വാക്കുകളുടെയെല്ലാം ധാതു 'ചെം' ആണ്. അതിനാൽ 'ചെമപ്പ്' ആണ് ശരിയായ രൂപം. ചെന്താമര, ചെങ്കതിർ, ചെമ്മീൻ, ചെമ്പട്ട്, ചെഞ്ചീര, ചെമ്പരത്തി എന്നീ വാക്കുകളിൽ ധാതു 'ചെം' ആണ്. അതുകൊണ്ട് 'ചെമപ്പ്' എന്നു പറയുന്നതും എഴുതുന്നതും നന്ന്.

ഗീർനഃ ശ്രേയഃഭാഷ നമ്മുടെ ശ്രേയസ്സാകുന്നു.

# ദ്രാവിഡഹിമഗിരി ഗളിതാ

**മ**ലയാള ഭാഷയെക്കുറിച്ചു പറയുമ്പോൾ അവശ്യം ഓർത്തിരിക്കേണ്ട ചില വസ്തുതകളുണ്ട്. നമ്മുടെ ഭാഷ ദ്രാവിഡഭാഷാഗോത്രത്തിൽപ്പെട്ട ഒരു ഭാഷയാണ്. 25 നു മേൽ ഭാഷകളുള്ള ഈ ഭാഷാഗോത്രത്തിൽപ്പെട്ട മലയാളത്തിന് അധികം ചാർച്ച തമിഴ് ഭാഷയുമായിട്ടാണ്. തമിഴ് മലയാളഭാഷകൾ പ്രത്യേകഭാഷകളായി പരിണമിക്കുന്നതിനുമുമ്പ് അവയ്ക്കൊരു പൊതുഭാഷ ഉണ്ടായിരുന്നു. ആ പൊതുഭാഷയെ നമുക്ക് പ്രാക് തമിഴ് മലയാളമെന്നു പേരിടാം. ഈ ഭാഷയാണ് ആറാം നൂറ്റാണ്ടുവരെയുള്ള സാഹിത്യകൃതികളിൽ കാണുന്നത്. *പതിറ്റുപ്പത്ത് ഐങ്കുറുനൂറ്, അകനാനൂറ്, പുറനാനൂറ്, നറ്റിണൈ* തുടങ്ങിയ സംഘകാല കൃതികളിൽ കാണുന്ന ഭാഷ പ്രാക് തമിഴ് മലയാളമാണ്. സംഘം കൃതികൾ മലയാളിക്കും തമിഴർക്കും ഒരുപോലെ അവകാശമുള്ള പൊതുസ്വത്താണ്. മലയാളി തനിക്കു കൂടി അവകാശപ്പെട്ട പൈതൃക സ്വത്തിനെ കൈവിട്ടു അല്ലെങ്കിൽ വേണ്ടെന്നു വെച്ചു എന്നത് മലയാളഭാഷയെ സംബന്ധിച്ചിടത്തോളം ചരിത്രത്തിലെ വലിയൊരു ദുരന്തം തന്നെയാണ്. ഇതിനു കാരണം പലതുണ്ടെങ്കിലും പ്രധാനം സംസ്കൃതഭാഷയുടെ സ്വാധീനമാണ്. മലയാളിയുടെ ഉച്ചാരണത്തിൽ പ്രശ്നങ്ങൾ, വൈകല്യങ്ങൾ സൃഷ്ടിക്കുന്നത് സംസ്കൃതത്തിൽനിന്നു സ്വീകരിക്കപ്പെട്ടിട്ടുള്ള അക്ഷരങ്ങളാണ്. ദ്രാവിഡ ഭാഷാഗോത്രത്തിൽപ്പെട്ട മലയാളത്തിന് പൈതൃകമായിട്ടുള്ളത്. ഖരം, അനുനാസികം, എന്നീ വർഗ്ഗങ്ങളും യ, ര, ല, വ, ള, ഴ, റ, ു അക്ഷരങ്ങളും ഋ, കളില്ലാത്ത സ്വരങ്ങളും മാത്രമാണ്. ഈ വർണ്ണങ്ങളുടെ ഉച്ചാരണത്തിൽ മലയാളിക്കു പിഴപറ്റാറില്ല. എന്നാൽ സംസ്കൃതത്തിൽ നിന്നു സ്വീകരിച്ച അതിഖരം, മൃദു, ഘോഷം, ഊഷ്മാക്കൾ എന്നിവയുടെ ഉച്ചാരണത്തിൽ സാധാരണമലയാളിക്കു

പിഴവു പറ്റാറുണ്ട്. ഇന്തോ യൂറോപ്യൻ ഭാഷാഗോത്രത്തിലെ ഉപഗോത്രമായ ഇന്തോ- ഇറാനിയനിൽപ്പെട്ട പ്രാകൃതം, പാലി തുടങ്ങിയ ഭാഷകളും സാക്ഷാൽ സംസ്കൃതവും മലയാളഭാഷയ്ക്ക് ധാരാളം സംഭാവനകൾ നല്കിയിട്ടുണ്ട്. കൂടാതെ വൈദേശിക ഭാഷകളിൽനിന്നും നിരവധി വാക്കുകളും മലയാളം സ്വീകരിച്ചിട്ടുണ്ട്. ഇങ്ങനെയുണ്ടായ സ്വാധീനങ്ങളുടെ ഫലമായി ഭാഷാ പ്രയോഗത്തിൽ വർണ്ണതലത്തിലും പ്രയോഗതലത്തിലും മറ്റു ദ്രാവിഡ ഭാഷകളിൽനിന്നു ഭിന്നമായ ചില പ്രത്യേകതകൾ മലയാളത്തിലുണ്ടായിട്ടുണ്ട് എന്നത് ശ്രദ്ധിക്കേണ്ടുന്ന വസ്തുതയാണ്.

സംസ്കൃതത്തിന്റെ അതിപ്രസരം കൊണ്ട് മലയാളത്തിന് ഗുണവും ദോഷവും ഉണ്ട്. ഭാഷാശുദ്ധി എന്ന പ്രശ്നം സൃഷ്ടിച്ചത് സംസ്കൃതം ഉൾപ്പെടെയുള്ള അന്യഭാഷകളുടെ സ്വാധീനമാണ്. തന്മൂലം അനേകം ഭാഷാപദങ്ങൾ ലുപ്തപ്രചാരങ്ങളാവുകയും ചിലതു പുതിയ വേഷം കെട്ടുകയും ചെയ്തു.

തടത്തം, തായിക്കുഴ എന്നീ മൗലിക പദങ്ങൾ തടസ്തം, സാക്ഷ എന്നീ പുതിയ രൂപങ്ങളിലാണ് ഇന്നു പ്രചരിക്കുന്നത്. അർത്ഥം ഗ്രഹിക്കാതെ വാക്കുകൾ പ്രയോഗിക്കുന്നു എന്നതാണ് ഭാഷ നേരിടുന്ന വലിയ ശുദ്ധിദോഷം. ഭാഷാശുദ്ധിയെന്നാൽ പദശുദ്ധിതന്നെ. പദശുദ്ധിക്കാധാരം പ്രയോഗാർഹതയാണ്. ദേശ്യം, ഗ്രാമ്യം, വിലക്ഷണം, പ്രചാരരഹിതം എന്നീ തലങ്ങളിലാണ് നല്ല മലയാളത്തിന്റെ അസ്തിത്വം അന്വേഷിക്കേണ്ടത്. സാർവ്വത്രിക പ്രചാരമില്ലാത്തവാക്കുകൾ ദേശ്യം എന്ന കള്ളിയിൽ വരുന്നു. നടാടെ (ആദ്യമായി) ആനാക്കുട്ടി (പശുക്കുട്ടി) നമസ്തേന്ന് (ഒന്നാമതായിട്ട്), ചെവിയൻ (മുയൽ), പ്നാൽ (മീൻ ചെതുമ്പൽ) തലവീച്ചൽ (തലകറക്കം), കോനാല് (വരാന്ത), കെരണ്ടം (കിണറ്) എറൂളി (എട്ടുകാലി), കറിക്കുന്നൻ (പഴുതാര) എന്നീ വാക്കുകൾ എല്ലാവർക്കും പരിചിതമല്ല. ഇത്തരം വാക്കുകൾക്ക് ചില പ്രദേശങ്ങളിൽ മാത്രമേ പ്രചാരമുള്ളു. വായ്മൊഴിയിൽ ചന്തം വരുത്താൻ പ്രയോഗിക്കാമെന്നല്ലാതെ വരമൊഴിയിൽ ദേശ്യപദങ്ങൾ ഒഴിവാക്കുകയാണ് നന്ന്. നോവൽ, ചെറുകഥ, നാടകം എന്നീ സംഭാഷണ പ്രധാനങ്ങളായ കൃതികളിൽ കഥാപാത്രങ്ങളുടെ സ്വാഭാവികതയ്ക്കും വിനോദത്തിനും വേണ്ടി ദേശ്യപദങ്ങളെ ഉപയോഗിക്കുമെങ്കിലും ഗ്രന്ഥകാരന്റെ വിവരണങ്ങളിൽ അവയ്ക്കു പ്രവേശനമില്ലെന്ന കാര്യം ശ്രദ്ധിക്കുക. ഗ്രാമ്യ പദങ്ങൾ പ്രായേണ വിദ്യാവിഹീനരുടെ ഭാഷണങ്ങളിലാണ് വരുക. അലോഹ്യം (നീരസം) മുകറ് (മുഖം) കിഴുത്ത (ദ്വാരം) തോളായം (രഹസ്യംപറച്ചിൽ) തുടങ്ങിയ വാക്കുകൾ ഉപന്യാസങ്ങളിലും മാദ്ധ്യമങ്ങളിലും ഉപയോഗിക്കുന്നത് ആശാസ്യമല്ല.

വിലക്ഷണ പ്രയോഗങ്ങൾ ധാരാളം കാണുന്നത് സംസ്കൃതപദങ്ങളുടെ പ്രയോഗത്തിലാണ്. സമ്രാട്ട് എന്ന ശരി രൂപം മിക്കവർക്കും സാമ്രാട്ടാണ്. ആകർഷകം (ആകർഷിക്കുന്നത്) ആകർഷണീയമാക്കി

യാലേ ചിലർക്കു തൃപ്തിവരൂ. 'പുസ്തകത്തിന്റെ കെട്ടുംമട്ടും ആകർഷണീയമായിട്ടുണ്ട്' എന്ന വാക്യം കേൾക്കുമ്പോൾ സുഖം തോന്നുമെങ്കിലും ഭാഷാപരമായി തെറ്റാണ്. ശോഭായമാനം വിലക്ഷണപ്രയോഗമാണ്. ശോഭമാനമാണ് സാധുരൂപം. അസാധാരണം എന്ന അർത്ഥത്തിൽ അന്യാദൃശ്യം എന്നു പ്രയോഗിക്കുമ്പോൾ ഓർക്കുക അങ്ങനെയൊരു പ്രയോഗം സംസ്കൃതത്തിലില്ലെന്ന്. ശരിയായ രൂപം 'അന്യാദൃശം' ആണ്.

ആരുടെയെങ്കിലും അദ്ധ്യക്ഷത്തിൽ മീറ്റിങ് നടത്തുന്നത് ശരിയല്ല. 'അദ്ധ്യക്ഷത'യിൽ മാത്രമേ അത് നടത്താവൂ. സൗഹാർദ്ദതയെക്കാൾ നന്ന് സൗഹാർദ്ദമാണ്. വ്യുൽപത്തിയെപ്പറ്റി ബോധമില്ലാത്തവരാണ് വില്പത്തി പ്രയോഗിക്കുന്നത്.

അതിശയം, അത്ഭുതം എന്നീ വാക്കുകൾക്ക് വിഭിന്നാർത്ഥമാണുള്ളത്. ഇതു ഗ്രഹിക്കാതെയുള്ള പ്രയോഗങ്ങൾ സാധാരണമാണ്. 'എനിക്ക് അതിശയം തോന്നി' എന്ന വാക്യത്തിലെ അതിശയം മാറ്റി 'അത്ഭുതം' പ്രയോഗിച്ചു നോക്കുക. യഥാർത്ഥത്തിൽ വക്താവിനുണ്ടായത് അത്ഭുതമാണ്. അതിശയത്തിന് ഉല്ക്കർഷമെന്നാണർത്ഥം. കുമാരനാശാന്റെ നിരതിശയമായ ഭാവനാശക്തി വിസ്മയജനകമാണെന്ന പ്രയോഗത്തിലെ 'അതിശയ' ത്തിന്റെ സ്ഥാനം ഉദാഹരണം. ചിലർക്ക് ആവശ്യം 'മനോസുഖമാണ്. എന്തു ചെയ്യാം. കിട്ടാത്തതിനു കാരണം ഭാഷാശുദ്ധി ഇല്ലാത്തതാണ്. മനസ്സുഖം എന്നു പറഞ്ഞാൽ, പ്രയോഗിച്ചാൽ തീർച്ചയായും മനസ്സുഖം കിട്ടും. കോപത്തിനു പാത്രവാനായിപ്പോയ പലരും നമ്മുടെ കൂട്ടത്തിലുണ്ട്. സുഹൃത്തേ 'കോപത്തിനു പാത്രമായി' എന്നുപറഞ്ഞാൽപ്പോരേ! എന്തിനൂ ഭവാൻ? താങ്കളോടുള്ള കോപം തീരണമെങ്കിൽ 'കോപത്തിനു പാത്രമായി' എന്നു പറഞ്ഞാലോ എഴുതിയാലോ മതി.

വിശേഷണ പദങ്ങളെ നാമങ്ങളും നാമങ്ങളെ വിശേഷണപദങ്ങളും ആയി പ്രയോഗിക്കുന്നതുമൂലം ഭാഷാശുദ്ധി നഷ്ടപ്പെട്ടിട്ടുണ്ട്. ഉദാഹരണത്തിന് അച്ഛന്റെ മരണം പുത്രനു വ്യാകുലമുണ്ടാക്കി. ഈ വാക്യത്തിലെ പിഴവ് 'വ്യാകുലം' എന്ന വാക്കിന്റെ പ്രയോഗത്തിലാണുള്ളത്. 'വ്യാകുലം' ഈ വാക്യത്തിൽ വിശേഷണമാണ്. പക്ഷേ, നാമമായിട്ടാണ് പ്രയോഗിച്ചിരിക്കുന്നത്. പുത്രനു വ്യാകുലതയുണ്ടാക്കി എന്നോ പുത്രനെ വ്യാകുലനാക്കി എന്നോ പറഞ്ഞിരുന്നെങ്കിൽ അതു നല്ല മലയാളമാകുമായിരുന്നു.

'പണ്ടുകാലത്ത്' എന്ന് ഗൃഹാതുരതയോടെ പഴയകാര്യങ്ങൾ വിവരിക്കുന്നവരുടെ എണ്ണം കുറവല്ല. 'പണ്ട്' എന്ന വാക്കുതന്നെ പഴയകാലത്ത് എന്ന അർത്ഥം ജനിപ്പിക്കുന്നുണ്ട് എന്നിരിക്കെ 'പണ്ടുകാലത്ത്' എന്നു പറയേണ്ടതില്ല. 'പണ്ട് ഇങ്ങനെയല്ല', 'പണ്ട് ഇതൊന്നുമുണ്ടായിരുന്നില്ല', എന്നു പ്രയോഗിച്ചാൽ നല്ല മലയാളമാകും. 'പണ്ട്' കഴിഞ്ഞ് 'കാലം' എന്ന പദപ്രയോഗം വേണ്ടെന്നു ചുരുക്കം.

'പ്രാതിനിദ്ധ്യം വഹിക്കുക' എന്ന അർത്ഥത്തിൽ പ്രതിനിധീകരിക്കുക എന്നു പറയുന്നതും പ്രയോഗിക്കുന്നതും അർത്ഥബോധം ഇല്ലാത്തതുകൊണ്ടാണ്. 'പ്രതിനിധീകരിക്കുക' എന്നത് തെറ്റായ പ്രയോഗമാണ്. 'പ്രതിനിധാനം ചെയ്യുക' എന്നായാൽ മലയാളമായി.

അനുകരണ വാസനയാലും അർത്ഥബോധമില്ലായ്മയാലും ആണ് ഭാഷാപ്രയോഗത്തിൽ വൈലക്ഷണ്യങ്ങൾ ഉണ്ടാകുന്നത്. വിജാതീയ ശബ്ദങ്ങളെ ആവശ്യമില്ലാതെ ഭാഷയിലേക്ക് ഇറക്കുമതി ചെയ്യുന്നത് അഭിലഷണീയമല്ല. 'ഞങ്ങളുടെ ലിറ്റററിയൂണിയന്റെ ആനിവേഴ്സറിക്ക് ഒരു 'ഭാഷാ സ്കോളറെ' കിട്ടാൻ എന്തൊരു 'ഡിഫിക്കൽട്ടി' ആയിരുന്നെന്ന് ആവലാതിപ്പെട്ട ഒരു മലയാളസാഹിത്യസമാജം സെക്രട്ടറിയുടെ സ്വാഗതപ്രസംഗത്തിനു മുമ്പിൽ ഇരുന്നുകൊടുക്കേണ്ട ഗതികേട് എനിക്ക് ഉണ്ടായിട്ടുണ്ട്. മലയാളം ഐച്ഛികമായെടുത്ത് പഠിക്കുന്ന ആ വിദ്യാർത്ഥിക്കു പരിഷ്കാരഭ്രമംമൂലം തനിമലയാളം കൈവിട്ടുപോയതിൽ സഹതപിക്കുകയല്ലാതെ എന്തു നിവൃത്തി.

സംസ്കൃതത്തിലുള്ള എല്ലാ പദങ്ങളും മലയാളത്തിൽ പ്രയോഗിക്കാവുന്നതാണെന്നുള്ള ഭ്രമം മലയാളി ഉപേക്ഷിക്കണം. പ്രസിദ്ധങ്ങളായ ശാസ്ത്രസംജ്ഞകളും തത്സമമായി നൂതനശാസ്ത്രനാമങ്ങളും സ്വീകരിക്കുകതന്നെ വേണം.

അർത്ഥമറിയാതെ ശബ്ദക്രമം കൊണ്ട് കുട്ടികൾക്കും വീടിനും മറ്റും അന്യഭാഷാപദങ്ങൾ സ്വീകരിച്ച് പേരിടുന്ന പ്രവണത വ്യാപകമായിട്ടുണ്ട്. വീടിന് 'നിർമ്മാല്യം' എന്നു പേരിടുന്ന വ്യക്തി അറിയുന്നുണ്ടോ എന്തോ ആ വാക്കിന്റെ അർത്ഥം 'മലിനം' ഉച്ഛിഷ്ടം എന്നാണെന്ന്. തലേദിവസം പൂജിച്ച മാലകളും മറ്റും വിഗ്രഹത്തിൽനിന്നു മാറ്റുന്നതിനുമുമ്പുള്ള അവസ്ഥയാണു നിർമ്മാല്യം. ആരും നല്കിയിട്ടില്ലാത്ത പേരാകണം തന്റെ കുട്ടിക്കുണ്ടാകേണ്ടത് എന്ന് ആശിച്ച മാതാപിതാക്കൾ കണ്ടെത്തിയ ഒരു പദമാണ് 'സാരമേയം'. ഈ വാക്കിന്റെ അർത്ഥം സരമയുടെ പുത്രൻ എന്നാണ്. സരമ വൈദിക സാഹിത്യത്തിൽ പെൺപട്ടിയെ സൂചിപ്പിക്കുന്ന പദമാണ്. ഈ പെൺപട്ടിയുടെ സന്താനങ്ങളാണ് സാരമേയർ അഥവാ സാരമേയം. കാലന്റെ നായ്ക്കളാണ് സാരമേയം. ഈ വസ്തുത ഗ്രഹിക്കാതെ പുത്രന് 'സാരമേയം' എന്ന് പേരിട്ട അജ്ഞതയെ ന്യായീകരിക്കാൻ ഒരു വാക്യവും ശക്തമല്ല.

സ്ഥാനത്തും അസ്ഥാനത്തും ഇന്നു സർവ്വസാധാരണമായി കേൾക്കുന്ന ഒരു പദമാണ് ഭയങ്കരം. ഭയങ്കര സദ്യ, ഭയങ്കര സൗന്ദര്യം, ഭയങ്കര തെറ്റ് എന്നീ പ്രായോഗങ്ങൾ അർത്ഥം മനസ്സിലാക്കാതെയുള്ള ജല്പനങ്ങളുടെ ഫലമാണ്. ഭയം ഉണ്ടാക്കുന്നത്, ആപല്ക്കരമായത് എന്നീ അർത്ഥങ്ങളാണ് ഭയങ്കരത്തിനുള്ളത്. ഭയം ജനിപ്പിക്കുന്ന സദ്യയാണെങ്കിൽ ഭയങ്കര സദ്യ സഹിക്കാം. അതുപോലെ ഭയം ജനിപ്പിക്കുന്ന സൗന്ദര്യവും, തെറ്റുകളും ഉണ്ടാകാമെങ്കിലും ഭാഷകൻ ഉദ്ദേശിച്ചത് സാമാന്യത്തിലധികം എന്ന അർത്ഥമാണ് 'ഭയങ്കരം' എന്ന പദത്തിനുള്ളതെന്നാണ്.

ഈ ഭയങ്കരം ചിലരുടെ നാവിൽ ബയങ്കരവുമാകാറുണ്ട്. ഭകാരത്തെ തള്ളി നീക്കി ബ വിലസുന്ന ബരണി, ബാഷ, ബാര്യ, ബിത്തി, ബൂമി തുടങ്ങിയ ഉച്ചാരണങ്ങൾ കേൾക്കുമ്പോൾ അത്ഭുതത്തേക്കാളേറെ വേദനയാണ് ഉണ്ടാവുക.

Fan, function, father, fancy തുടങ്ങിയ ഇംഗ്ലീഷ് വാക്കുകളിലെ 'f' കാരം ഊഷ്മാക്കളിൽപ്പെടുന്ന സ്വനമാണ്. ഇംഗ്ലീഷ് ഫകാരത്തിന്റെ ഉച്ചാരണം നമ്മുടെ ഭാഷയിലെ ഫകാരത്തിന്റെ ഉച്ചാരണത്തെ വികലപ്പെടുത്തിയിട്ടുണ്ട്. മലയാളത്തിലെ 'ഫ' കാരം ഓഷ്ഠ്യമാണ്. രണ്ടു ചുണ്ടും കൂട്ടിമുട്ടി ഉച്ചരിക്കുമ്പോഴാണ് ഫകാരം ഉണ്ടാകുന്നത്. fമലം, falaകം, falaവൃക്ഷം, falaശ്രുതി, faliതം, എന്നൊക്കെ കേൾക്കുമ്പോൾ നമ്മുടെ ഇംഗ്ലീഷ് കേട്ട് ചിരിക്കുന്ന ഇംഗ്ലീഷുകാരന്റെ അവസ്ഥയാണ് നല്ല മലയാളിക്കുണ്ടാവുക. ഉള്ളതു പറയണമല്ലോ നഴ്സറി സ്കൂളിൽ പഠിച്ചവരുടെ നാവിലാണ് മലയാളത്തിലെ 'ഫ'കാരത്തിന് 'f' കാരത്തിന്റെ ഛായ കൂടുതൽ അനുഭവപ്പെടുന്നത്. ഇംഗ്ലീഷിന്റെ ഉച്ചാരണവഴിക്ക് മലയാളിക്കു കിട്ടിയ ശീലങ്ങളിൽ ഒന്നാണ് ദീർഘം വേണ്ടിടത്ത് ഹ്രസ്വവും, ഹ്രസ്വം വേണ്ടിടത്ത് ദീർഘവും പറയുക എന്നത്. കേരളാ ഗവൺമെന്റ്, കേരളാ ട്രാൻസ്പോർട്ട് എന്നീ പ്രയോഗങ്ങളിലെ ആകാരോച്ചാരണം ഏതാണ്ട് അംഗീകൃതമായിട്ടുണ്ട്. പ്രസംഗകൻ പ്രാസംഗികനാകുന്നതും രക്ഷാകർത്താവ് രക്ഷകർത്താവ് ആകുന്നതും എന്തായാലും ശരിയല്ല. പ്രസംഗകൻ പ്രാസംഗികനാകുമ്പോൾ അർത്ഥം മാറിപ്പോകും. യാദൃച്ഛികമായി വന്നവൻ, വിളിക്കാതെ വന്നവൻ എന്നാണ് പ്രാസംഗികന്റെ അർത്ഥം. പ്രസംഗത്തിനു നിങ്ങൾ ക്ഷണിച്ചു വരുത്തിയ ആളിനെ സത്യത്തിൽ പരിഹസിക്കുകയാണ് 'പ്രാസംഗികൻ' എന്ന പ്രയോഗത്തിലൂടെ ദീർഘം വേണ്ടിടത്ത് ഹ്രസ്വം വരുത്തുന്നതിന് ഉദാഹരണമാണ് രക്ഷകർത്താവ്. ശരിയായ രൂപം രക്ഷാകർത്താവാണ്. രക്ഷിക്കുന്ന ആളാണ് രക്ഷാകർത്താവ്. രക്ഷ ആവശ്യമുള്ള ആളാണ് രക്ഷകർത്താവ്. കുട്ടികളുടെ അച്ഛൻ എന്തായാലും രക്ഷകർത്താവല്ല. അങ്ങനെയുള്ള അച്ഛന്മാരും ഉണ്ടായേക്കാം. എങ്കിലും ഭൂരിപക്ഷത്തിനും വേണ്ടത് രക്ഷാകർത്താവു തന്നെ.

പതിവ്രതയും പതിവൃതയും ഒന്നല്ല. ഒരു ഭർത്താവ് എന്ന വ്രതമുള്ളവളാണ് പതിവ്രത. സീതാദേവി പതിവ്രതയാണ്. ഭർത്താക്കന്മാരാൽ ചുറ്റപ്പെട്ടവളാണ് പതിവൃത. മഹാഭാരതത്തിലെ പാഞ്ചാലി പതിവൃതയാണ്. ഇനി നിങ്ങൾ തീരുമാനിക്കുക നിങ്ങളുടെ ഭാര്യ പതിവ്രതയോ പതിവൃതയോ എന്ന്.

ഉച്ചാരണത്തെറ്റുകളോടും പദാർത്ഥബോധമില്ലാതെ വരുത്തുന്ന തെറ്റുകളോടും ഒപ്പം ശ്രദ്ധിക്കേണ്ട മറ്റൊന്നാണ് വ്യാകരണപ്പിശകുകൾ. 'ഓരോ നാടുകളിലും ഓരോ ദേശങ്ങളിലും നടക്കുന്ന ഓരോ കുറ്റകൃത്യങ്ങളെപ്പറ്റി' നമ്മൾ എത്രയോ കാലമായി കേൾക്കുന്നു, വായിക്കുന്നു. 'ഓരോ കുട്ടികളും തെറ്റ് എഴുതിത്തുടങ്ങിയാൽ എന്തു ചെയ്യും?' ഓരോ

എന്ന വിഭാജക വിശേഷണത്തിനു ശേഷം ബഹുവചനപ്രത്യയമായ കൾ ചേർക്കേണ്ട. ഓരോ നാടും, ഓരോ ദേശവും, ഓരോ കുട്ടിയും എന്നിങ്ങനെയാണ് നല്ല മലയാളം. സാമ്പാറുകളും മോരുകളും കൂട്ടുന്നവരുടെ നാട്ടിൽ ഓരോ കുട്ടികളും ഓരോ നാടുകളും ഓരോ കാര്യങ്ങളും പ്രശ്നമല്ലായിരിക്കാം. മലയാളമല്ലേ എന്തുതോന്നിയവാസവും ആകാമെന്നു വിചാരിക്കുന്നത് കഷ്ടമാണ്.

മലയാളികൾ പലപ്പോഴും ആവശ്യമില്ലാതെ ഉപയോഗിക്കുന്ന പദങ്ങളിലൊന്നാണ് 'തന്റെ'. രാമൻ തന്റെ അച്ഛന്റെ വാക്കുകളനുസരിച്ച് കാട്ടിൽ പോയി, കുമാരനാശാൻ തന്റെ ചണ്ഡാലഭിക്ഷുകിയിലൂടെ ഉദ്ബോധനം നടത്തി, അവൾ തന്റെ സ്വന്തം വീട്ടിലേക്കു പോയി, അവൻ തന്റെ പുസ്തകം നോക്കി എന്നിങ്ങനെയുള്ള ഉദാഹരണങ്ങളിൽ 'തന്റെ' എന്ന പദത്തിന് ഒരു വിശേഷാർത്ഥവുമില്ല.

നമ്മുടെ മാതൃഭാഷയിൽ പ്രകാശിപ്പിക്കാൻ കഴിയുന്ന ആശയങ്ങളെ മറ്റൊരു ഭാഷയിലെ പദങ്ങൾ കൊണ്ട് ആവിഷ്കരിക്കാൻ ശ്രമിക്കരുത്. മാംഗോ ജ്യൂസും, ലൗഡ് സ്പീക്കറും, ചിക്കൻകറിയും, മറ്റും നമുക്ക് ഒഴിവാക്കിക്കൂടേ? മീൻകറിയും, മാമ്പഴച്ചാറും, പുഴുക്കും നമുക്കുള്ളപ്പോൾ എന്തിനാണ് പകരത്തിന് ഇംഗ്ലീഷ് വാക്കുകൾ !

ഏതുഭാഷയിൽനിന്നും എത്രയെങ്കിലും വാക്കുകളും ശൈലികളും നിങ്ങൾക്കു സ്വീകരിക്കാം. അവയെ മലയാളമാക്കി മാറ്റുന്നത് വ്യാകരണമാണ്. വ്യാകരണത്തെ ധിക്കരിച്ചുകൊണ്ട് ഒരു ഭാഷാപ്രയോഗവും നടത്താനാവില്ല. അറിഞ്ഞോ അറിയാതെയോ മാതൃഭാഷയുടെ വ്യാകരണം എല്ലാവരിലുമുണ്ട്. എന്നിരിക്കിലും പദങ്ങളുടെ അർത്ഥംകൂടി അറിഞ്ഞ് പ്രയോഗിക്കുമ്പോഴാണ് നല്ല മലയാളമാകുന്നതെന്ന് ഓർക്കുക.

നമ്മുടെ ബന്ധസൂചക പദങ്ങളെയെല്ലാം ഇംഗ്ലീഷ് ഹൈജാക്കുചെയ്തിരിക്കുകയാണ്. അമ്മാവൻ, വലിയച്ഛൻ, ചെറിയച്ഛൻ, അച്ഛൻ, അമ്മയുടെ അപ്പൂപ്പൻ എന്നിവരെ ഇംഗ്ലീഷ് ഭാഷ ഒരൊറ്റവാക്കിൽ ഒതുക്കിയിരിക്കുന്നു - അങ്കിൾ. ആന്റി എന്ന പദം ഏതു ബന്ധത്തെയാണ് സൂചിപ്പിക്കുന്നതെന്നു ചോദിച്ചാൽ ഈശ്വരനേ അറിയൂ. അമ്മാവന്റെ ഭാര്യയോ വല്യച്ഛന്റെ ഭാര്യയോ ചെറിയച്ഛന്റെ ഭാര്യയോ ഒക്കെയാവാം ആന്റി. ഇംഗ്ലീഷ് ഭാഷയുടെ സംസ്കാരമല്ല മലയാളത്തിന്റേത്. ഇത് ആരോടു പറയാൻ? എല്ലാവർക്കും വേണ്ടത് ഉദ്യോഗമാണ്. അത് ഇംഗ്ലീഷ് ഭാഷയിലൂടെയേ നേടാനാവൂ എന്നാണുധാരണ. അതിനുവേണ്ടി നമ്മുടെ ആൾക്കാർ പെടുന്ന പാട് ചില്ലറയല്ല. ഭാഷയ്ക്കും സംസ്കാരത്തിനും മുതൽക്കൂട്ടാവുന്ന യാതൊന്നും യൂറോപ്യൻ സങ്കരവിദ്യാഭ്യാസത്തിലൂടെ നേടാൻ കഴിയില്ല. അന്യഭാഷാ പ്രാവീണ്യത്തിലൂടെ ജനിച്ച ഒരു അതുല്യപ്രതിഭയും ലോകത്തിലില്ല. ഇംഗ്ലീഷ് ഭാഷയിലൂടെ വിശ്വം കീഴടക്കാൻ പുറപ്പെട്ട എത്ര മലയാളികൾ ലക്ഷ്യം കണ്ടു? എന്നിട്ടും മലയാളികളിൽ നല്ലൊരുഭാഗം പടിഞ്ഞാറൻ ജീവിതശൈലികളെ അനുകരിക്കാൻ ശ്രമിച്ചുകൊണ്ടേയിരിക്കുന്നു. സ്വത്വം നഷ്ടപ്പെടുത്തിയ ഒരു സമൂഹമെന്ന

പദവിയിലേക്ക് നാം അതിവേഗം അടുത്തുകൊണ്ടിരിക്കുകയാണ്.

ഏതുഭാഷയിലൂടെ വിദ്യാഭ്യാസം നേടിയാലും മാതൃഭാഷയിലൂടെ മാത്രമേ ഒരു മനുഷ്യനു ചിന്തിക്കാനാവൂ. ആ മാതൃഭാഷയിലൂടെ സിദ്ധിക്കുന്ന സംസ്കാരത്തിനും പാരമ്പര്യത്തിനും പകരം വയ്ക്കാൻ മറ്റൊരു ഭാഷയുടെ ജ്ഞാനവും അഭ്യാസവും അർഹമല്ല. മാതൃഭാഷയിലും അമൂല്യങ്ങളായ ഗ്രന്ഥങ്ങളുണ്ടെന്നു തിരിച്ചറിയുക. ഈ തിരിച്ചറിവിന്റെ വെളിച്ചത്തിൽ സ്വാഭിമാനത്തോടെ ജീവിക്കാൻ കഴിഞ്ഞില്ലെങ്കിൽ എന്തിനു ജീവിക്കണം.

# വിഭക്ത്യന്തങ്ങൾ

**ഭാ**ഷയിൽ വികല പ്രയോഗങ്ങൾ ഏറിവരുന്നതിനു പ്രധാന കാരണം ഭാഷാപഠനത്തിൽ മലയാളികൾ കാട്ടുന്ന അനാസ്ഥയാണ്. മലയാളഭാഷയിൽ പഠിക്കാനെന്തിരിക്കുന്നു, മാതൃഭാഷ ജന്മസിദ്ധമാണല്ലോ, അതിൽ അറിവുനേടേണ്ട കാര്യമില്ല. ഈ ഉദാസീനഭാവം പണ്ടുമുതല്ക്കേ മലയാളികളുടെ ഇടയിലുണ്ട്. മലയാള മാദ്ധ്യമത്തിൽ വിദ്യാഭ്യാസം നടത്തുന്നവരെ പുച്ഛത്തോടെ കാണുന്നവരുടെ ഭാവം ഭാഷാ പ്രയോഗങ്ങളിൽ തങ്ങൾ പരമഹംസന്മാരാണെന്നാണ്. അവർ വിലസിക്കൊള്ളട്ടെ. മലയാളം ധാരാളം വാക്കുകൾ അന്യഭാഷകളിൽനിന്നു കടംകൊണ്ടിട്ടുണ്ട്. ഇംഗ്ലീഷ് വിദ്യാഭ്യാസം സാർവ്വത്രികമാകുന്നതിനുമുമ്പ് സംസ്കൃതത്തിൽ നിന്നായിരുന്നു പദങ്ങൾ ഏറെയും സ്വീകരിച്ചിരുന്നത്. ഇന്ന് ഇംഗ്ലീഷാണ് മലയാളത്തിന്റെ മുഖ്യ ഉത്തമർണ്ണൻ. കടം കൊടുക്കുന്നവനാണ് ഉത്തമർണ്ണൻ. കടം വാങ്ങുന്നവൻ അധമർണ്ണൻ. ഇങ്ങനെ കടംകൊണ്ട വാക്കുകളുടെ ഉച്ചാരണത്തിലും പ്രയോഗത്തിലുമാണ് ഏറ്റവും കൂടുതൽ വൈകല്യം കാണുന്നത്. തനി മലയാളം തെറ്റുന്നില്ലെന്ന് ധരിക്കരുത്. താരതമ്യേന കുറവാണെന്നു മാത്രം. ഭാഷയുടെ സ്വാഭാവികശൈലിക്കും വ്യാകരണവ്യവസ്ഥകൾക്കും വിധേയമായി ഏതുഭാഷയിൽനിന്നുള്ള വാക്കുകളാണെങ്കിലും അർത്ഥം മനസ്സിലാക്കി പ്രയോഗിക്കുമ്പോഴാണ് നല്ല മലയാളം പൂവണിയുക.

മലയാളം പഠിക്കുന്നവരെ കളിയാക്കാൻ ഉപയോഗിച്ചിരുന്ന പദമാണ് 'ശീലാവതിക്കാർ' എന്നത്. 'ശീലാവതി' തെറ്റായ പ്രയോഗമാണ്. ശീലവതിയാണ് ശുദ്ധരൂപം. സ്വഭാവഗുണമുള്ളവൾ, ശീല ഗുണമുള്ളവൾ എന്നിങ്ങനെ, അതിനർത്ഥം 'നമ്മുടെ ശീലവതി'ക്കൊരു നേരം നമ്മളെ നോക്കാനവസരമില്ലേ എന്ന് നമ്പ്യാരാശാൻ പാടിയിട്ടുണ്ട്. ഉഗ്രതപസ്സിന്റെ

ഭാര്യയാണ് 'ശീലവതി'. വാക്കിന്റെ അർത്ഥമറിയാത്ത പണ്ഡിതമ്മന്യന്മാരാണ് 'ശീലാവതി' എന്നു പ്രയോഗിക്കുന്നത്. പണ്ഡിതനെന്നു സ്വയം കരുതുന്നവനാണ് പണ്ഡിതമ്മന്യൻ. മലയാളികളിൽ ഇക്കൂട്ടരാണ് ധാരാളമുള്ളതെന്നു തോന്നുന്നു.

സദാകാലവും, സദാനേരവും, സദാസമയവും ഈശ്വരനെ ഭജിക്കുന്നവരോ ചിന്തിക്കുന്നവരോ ആണ് ഏറെപ്പേരും. സദാ എന്ന വാക്കിന് എക്കാലവും, എല്ലായ്പ്പോഴും, എല്ലാക്കാലവും എന്ന് അർത്ഥമുള്ളപ്പോൾ എന്തിനാണ് സദാ കഴിഞ്ഞ് 'കാലവും, നേരവും, സമയവും ഒക്കെ ചേർക്കുന്നത്.' സദാനേരം, സദാസമയം എന്നൊക്കെ പറയുമ്പോൾ ആവശ്യമില്ലാത്ത ഇരട്ടിപ്പാണ് വരുന്നത്. ഒന്നുകിൽ സദാ അല്ലെങ്കിൽ എക്കാലവും; രണ്ടുംകൂടി ചേർത്തു പ്രയോഗിക്കരുത്.

ഇക, പര എന്നീ പദങ്ങൾക്ക് 'അതിനെ സംബന്ധിച്ച' എന്ന അർത്ഥമുണ്ട്. അതിനാൽ ഇവ രണ്ടും ഒരു പദത്തിൽ ചേർക്കുന്നത് നന്നല്ല. ഏതെങ്കിലും ഒന്നു ചേർത്താൽ മതി. 'സാമുദായിക പരം' എന്ന പ്രയോഗത്തിൽ ഇകയും പരയും ഉണ്ട്. ഇക, പര പദങ്ങൾക്ക് ഒരേ അർത്ഥമായതിനാൽ 'സാമുദായികപരം' തെറ്റായ പ്രയോഗമാണ്. സാമുദായികമെന്നോ സമുദായപരമെന്നോ പറയുന്നതാണ് നല്ല മലയാളം. അതുപോലെ സാമൂഹികപരം, സാമ്പത്തിക പരം, സാമൂഹ്യപരം, രാഷ്ട്രീയപരം എന്നിവ വികലപ്രയോഗങ്ങളാണ്. സാമൂഹികം, സാമ്പത്തികം, രാഷ്ട്രപരം എന്നിവയാണ് ശരിരൂപങ്ങൾ. രാഷ്ട്രീയം എന്ന വാക്കിനു തന്നെ രാഷ്ട്രത്തെ സംബന്ധിച്ചതെന്ന അർത്ഥമുള്ള സ്ഥിതിക്ക് 'പരം' ചേർക്കുന്നത് അനാവശ്യമാണ്.

കുമാരനാശാന്റെ പ്രസിദ്ധമായ കവിതകളിലൊന്നാണ് 'ഒരു സിംഹപ്രസവം'. ഈ പ്രയോഗത്തിൽ പ്രതീതി വിരുദ്ധ ദോഷമുണ്ട്. സിംഹം പുല്ലിംഗമാണ്. അതിന്റെ സ്ത്രീലിംഗം സിംഹിയാണ്. പ്രസവിക്കുന്നത് സിംഹിയല്ലേ? എന്നിരിക്കെ സിംഹപ്രസവം എങ്ങനെ സാധുവാകും? സിംഹീപ്രസവത്തിനാണ് ഭാഷാശുദ്ധി. കേരളവർമ്മ വലിയ കോയിത്തമ്പുരാൻ എലിമെന്ററിയും സെക്കന്ററിയും പാഠശാലകളിലെ ഉപയോഗത്തിനായി തയ്യാറാക്കിയ പദ്യപാഠാവലിയിൽ (1912-ൽ) 'സിംഹിയും കുട്ടികളും' എന്ന തലക്കെട്ടിലാണ് 'ഒരു സിംഹപ്രസവ'ത്തിൽ നിന്നുള്ള ഒരു ഭാഗം ചേർത്തിട്ടുള്ളതെന്ന വസ്തുത സ്മർത്തവ്യമാണ്. ഭാഷാശുദ്ധിയിൽ അതീവ ശ്രദ്ധാലുവായിരുന്നു തമ്പുരാൻ. മനഃഖഗം എന്ന ശരിയായ രൂപത്തിന്റെ സ്ഥാനത്ത് 'മനോഖഗ' എന്ന തെറ്റായ പ്രയോഗവും ആശാൻ നടത്തിയിട്ടുണ്ട്. പൗരന്റെ സ്ത്രീലിംഗമായി പൗരിയെ വെച്ചതാണ് മറ്റൊന്ന്. മഹാകവികളുടെ രചനകളിൽ ഇത്തരം പ്രമാദങ്ങൾ ഉള്ളതിന് നിരവധി ഉദാഹരണങ്ങൾ ചൂണ്ടിക്കാണിക്കാൻ കഴിയും. വൈലോപ്പിള്ളി മാമ്പഴം എന്ന കവിതയിൽ 'താഴോട്ടു നിപതിച്ച' എന്നു പ്രയോഗിച്ചിട്ടുള്ളത് ഉദാഹരണം. നിപതിക്കുക എന്നതിന് താഴോട്ടു പതിക്കുക എന്ന അർത്ഥമുണ്ടായിരിക്കേ 'താഴോട്ട്' എന്ന വാക്ക് അധികപ്പ

റ്റാണ്. 'രാപകൽ' എന്ന ശരിയായ സന്ധിരൂപത്തിനു പകരം 'രാപ്പകൽ' എന്ന് ഉണ്ണായിവാര്യർ പ്രയോഗിച്ചത് മറ്റൊരുദാഹരണം. രാവും പകലു മാണ് രാപകൽ. രണ്ടുവാക്കിനും തുല്യ പ്രാധാന്യമുള്ളതിനാൽ ദ്വന്ദ്വസ മാസം. ദ്വന്ദ്വസമാസത്തിൽ ഇരട്ടിപ്പ് വേണ്ടാ. മഹാകവികൾ പ്രയോഗിച്ചു എന്നു കരുതി തെറ്റിനെ ന്യായീകരിക്കാൻ ക്ലേശം ചെയ്യാതിരിക്കുക യാണ് ഭംഗി.

സ്നേഹപൂർവ്വമായ പെരുമാറ്റം എല്ലാവർക്കും ഇഷ്ടമാണെങ്കിലും ആ പ്രയോഗത്തിൽ ഒരു കല്ലുകടിയുണ്ട്. പെരുമാറ്റം എന്ന നാമത്തിന്റെ വിശേഷണമാണ് സ്നേഹപൂർവ്വം. നാമവിശേഷണമാകുമ്പോൾ സ്നേഹ പൂർവ്വമായ എന്നല്ല വേണ്ടത് സ്നേഹപൂർവ്വകമായ എന്നുവേണം. സ്നേഹപൂർവ്വം പെരുമാറി, കാരുണ്യപൂർവ്വം സൽക്കരിച്ചു എന്നീ പ്രയോ ഗങ്ങൾ സാധുവാണ്. അവിടെ സ്നേഹപൂർവ്വം എന്ന പദം പെരുമാറി എന്ന ക്രിയയുടെ വിശേഷണമാണ്. നാമവിശേഷണമാകുമ്പോൾ സ്നേ ഹപൂർവ്വകമായ ഉപദേശം, കാരുണ്യപൂർവ്വകമായ പെരുമാറ്റം എന്നു പ്രയോഗിക്കുക വേണം. 'സൗന്ദര്യവസ്തു' തെറ്റായ പ്രയോഗമാണ്. വസ്തു സുന്ദരമാണെങ്കിൽ സുന്ദരവസ്തുവെന്നോ, സുന്ദരമായ വസ്തു വെന്നോ പറയണം. കാരണം സൗന്ദര്യവും വസ്തുവും നാമപദങ്ങളാക യാൽ, വസ്തുവിന്റെ വിശേഷണമായി സൗന്ദര്യത്തിന്റെ വിശേഷണ രൂപ മായ സുന്ദരമാണ് ഉപയോഗിക്കേണ്ടത്.

ഹൃദയംഗമമായ സ്വീകരണമാണ് നല്കേണ്ടത്. അതിനുപകരം മിക്ക വരും ഹൃദയംഗമമായ സ്വീകരണമാണു നല്കുന്നത്. ഹൃദയത്തെ സ്പർ ശിക്കുന്നതാണ് ഹൃദയംഗമം. ഹൃദയം-ഗമ എന്നു പദച്ഛേദം. ഹൃദയംഗം തെറ്റായ പ്രയോഗമാണ്. ഹാർദ്ദവമായ സ്വീകരണം ഹൃദയംഗമമായ സ്വീകരണത്തിനു പകരം നല്കരുത്. നല്കുന്നെങ്കിൽ ഹാർദ്ദമായ സ്വീക രണമേ ആകാവൂ. ഹാർദ്ദവം തെറ്റായ പ്രയോഗമാണ്.

സഖ്യത, ഐക്യത, പ്രാധാന്യത, ജാള്യത എന്നിങ്ങനെ എഴുതുന്ന വർ ഒരേ പ്രത്യയത്തെ അനാവശ്യമായി ആവർത്തിക്കുന്നു എന്നറിയു ന്നില്ല. സഖ്യം, ഐക്യം, പ്രാധാന്യം, ജാള്യം എന്നു മതി. ബുദ്ധി കൂർമ്മത എന്നു പറയുന്നവരും എഴുതുന്നവരും ധാരാളം. കൂർമ്മ എന്നു പറഞ്ഞാൽ കൂർത്തത് എന്നർത്ഥം. ആ സ്ഥിതിക്ക് 'ത' എന്നു പിന്നെയും പ്രത്യയം ചേർക്കേണ്ടതില്ല. കൂർമ്മത എന്നാൽ ആമയുടെ ഭാവമെന്നേ അർത്ഥമു ള്ളു. അതുകൊണ്ട് കൂർത്തബുദ്ധിയുള്ളവരെ ആരും ബുദ്ധികൂർമ്മത യുള്ളവരാക്കരുത്.

വെടിപ്പും വെടുപ്പും ഒന്നല്ല. വെടിക്കുക, വെടിച്ചു, വെടിക്കുന്നു എന്നീ ക്രിയാരൂപങ്ങൾ 'വെടി' എന്ന ധാതുവിൽ നിന്നുണ്ടായതാണ്. ഇതിന്റെ ക്രിയാനാമമാണ് വെടിപ്പ്. 'കാല് വെടിച്ചു' എന്നുപറയുമ്പോൾ കാല് വിണ്ടുകീറി എന്നർത്ഥം. വെൾ ധാതുവിൽ നിന്നാണ് 'വെടുപ്പ്' വന്നത്. വെൾ എന്നാൽ വെളുപ്പ്. നിർമ്മലം എന്ന ഭാവാർത്ഥം. 'വീറും വെടിപ്പും' എന്ന പ്രയോഗം നോക്കുക. അതിനാൽ വെടുപ്പ് വേണ്ടിടത്ത് വെടിപ്പും,

വെടിപ്പ് വേണ്ടിടത്ത് വെടുപ്പും വരാതെ നോക്കണം.

വരിയോല തനി മലയാള പദമാണ്. ഇതിനെ സംസ്കൃതീകരിച്ച് വര്യോല ആക്കുന്നത് നന്നല്ല. കുറിപ്പടി, ഉടമ്പടി രേഖ എന്നിവയ്ക്കാണ് വരിയോല എന്നുപേരുള്ളത്. വാര്യം സംസ്കൃത വാക്കാണ്. തടുക്കത്തക്കത്, വാരണം ചെയ്യേണ്ടത് എന്നീ അർത്ഥമാണ് വാര്യത്തിനുള്ളത്. ഉദാഃ അനിവാര്യം. വാര്യം മലയാളത്തിൽ ഉപയോഗിക്കുന്നത് വാരിയന്റെ ഗൃഹം എന്ന അർത്ഥത്തിലാണ്. അതുകൊണ്ട് വാരിയം, വാരിയർ എന്നിങ്ങനെ എഴുതുകയും പറയുകയും ചെയ്യുന്നതാണ് ഉചിതം.

ശേഷം മുഖദാവിൽ എന്ന് എഴുതുകയും പറയുകയും ചെയ്യുന്നവർ വികലപ്രയോഗമാണ് നടത്തിയതെന്നറിയുന്നില്ല. മുഖതഃ എന്ന് തകാരമുള്ള സംസ്കൃത പദത്തിൽനിന്നാണ് മലയാളത്തിലെ മുഖതാവിന്റെ ഉത്ഭവം. തകാരത്തെ ദകാരമാക്കിയതുകൊണ്ട് ഇല്ലാത്ത ഗൗരവം കിട്ടുമെന്ന് ആരും കരുതേണ്ട. ശരിയായ രൂപം 'മുഖതാവിൽ' ആണ്. മുഖത്തോടുമുഖം, മുമ്പാകെ എന്നിങ്ങനെ അർത്ഥവിവക്ഷ. ഒറ്റയ്ക്കുനടക്കുന്നവൻ ഏകൻ. അവന്റെ സ്ത്രീലിംഗം ഏകാകിനിയാണ്. ഏകാകിയല്ല. ഹ്രസ്വരൂപത്തിലുള്ള 'പക്ഷെ' വികലപ്രയോഗമാണ്. 'പക്ഷേ' എന്നു വേണം. സംസ്കൃതത്തിൽ ഹ്രസ്വമായ എകാരമില്ല. അതിനാൽ സംസ്കൃതത്തിൽ നിന്നു സ്വീകരിച്ച് തൊട്ടതിനും പിടിച്ചതിനുമൊക്കെ സംശയം കാണുന്നവർ 'പക്ഷേ' എന്നു ദീർഘമായി പ്രയോഗിച്ചാൽ ഭാഷയുടെ കാര്യത്തിൽ കാര്യം കുശാലായി. ഓർത്തോളൂ. 'കുശാൽ' ഉറുദുവിൽ നിന്നും നാം കടംകൊണ്ട വാക്കാണെന്ന്.

അക്ഷരങ്ങൾ കൂടിച്ചേരുമ്പോൾ സംഭവിക്കുന്ന വർണ്ണവികാരമാണ് സന്ധി. സന്ധിയിൽ ഉണ്ടാകുന്ന എല്ലാ വർണ്ണവികാരങ്ങൾക്കും അടിസ്ഥാനം ഉച്ചാരണസൗകര്യമാണ്. സന്ധി എവിടെയൊക്കെ വേണം എന്നു നിശ്ചയിക്കേണ്ടത് ഒരു പരിധിവരെ അവനവൻ തന്നെയാണ്. മലയാളത്തിൽ അന്യഭാഷാപദങ്ങൾ ധാരാളമുണ്ടെങ്കിലും സന്ധി കൂടുതൽ വേണ്ടിവരുന്നത് സംസ്കൃതത്തിന്റെ കാര്യത്തിലാണ്. സംസ്കൃതവാക്കുകൾ സന്ധി ചെയ്യുമ്പോൾ സംസ്കൃതരീതി പാലിക്കണം. ഉദാഹരണത്തിന് ബഹിർസ്ഫുരണം, പുനർപ്രവേശനം മനോശുദ്ധി എന്നിവ തെറ്റായ സന്ധിരൂപങ്ങളാണ്. പുനഃപ്രവേശനം, ബഹിഃസ്ഫുരണം, മനഃശുദ്ധി എന്നാണ് അവയുടെ സാധുരൂപങ്ങൾ. ചിലർ പുനഃപ്രവേശത്തെ പുനപ്രവേശമാക്കാറുണ്ട്. പുനത്തിൽ പ്രവേശിക്കുന്നു എന്നാണ് ഉദ്ദേശിക്കുന്നതെങ്കിൽ പുനപ്രവേശമാകാം. മനഃശുദ്ധിക്ക് വിസർഗ്ഗം കളഞ്ഞ് ശ ഇരട്ടിച്ച് മനശ്ശുദ്ധിയാക്കാം. അതു ശരിയായ രൂപമാണ്. എന്നാൽ പകരം മനോശുദ്ധി ആക്കിയാൽ അർത്ഥം ആകെ മാറിപ്പോകും. മനസ്സിന്റെ അശുദ്ധിയാണ് മനോശുദ്ധി. മനസ്സിന്റെ ശുദ്ധിയാണ് വേണ്ടതെങ്കിൽ മനഃശുദ്ധി എന്നോ മനശ്ശുദ്ധിയെന്നോ എഴുതുകയും ഉച്ചരിക്കുകയും വേണം.

ശുദ്ധ ഭേദകമായ പുൻ ചേർന്ന പുഞ്ചിരി മലയാളിക്കു പ്രിയപ്പെട്ട ഒരു ചേഷ്ടയാണ്. ചിരികൾ പലതുള്ളതിൽ അതീവഹൃദ്യം ഏതെന്ന

ചോദ്യത്തിന് ആരും നല്കുന്ന ഉത്തരമാണ് പുഞ്ചിരി. ഈ വാക്കിനെ ക്രിയയാക്കി പുഞ്ചിരിച്ചു, പുഞ്ചിരിക്കുന്നു, പുഞ്ചിരിക്കും എന്നിങ്ങനെ പ്രയോഗിക്കുന്നത് ഭാഷാവഴക്കത്തിനു ചേർന്നതല്ല. ചിരിക്കുക എന്നല്ലാതെ പുഞ്ചിരിക്കുക എന്ന് ക്രിയാരൂപമില്ല. പുഞ്ചിരി കഴിഞ്ഞ് പ്രത്യയമല്ല, ക്രിയാപദം ചേർക്കുന്നതാണ് ഭാഷാവഴക്കം. ഉദാഹരണം പുഞ്ചിരിയിട്ടു, (സ്കന്ധൻ തദാ പുഞ്ചിരിയിട്ടു എന്ന് വള്ളത്തോൾ). പുഞ്ചിരി തൂകി, പുഞ്ചിരി പൊഴിക്കുന്നു, പുഞ്ചിരിക്കൊള്ളുന്നു, കിളിക്കൊഞ്ചൽ പോലെ പുഞ്ചിരിക്കൊഞ്ചലും ഹൃദ്യമാണ്. എങ്കിൽ എല്ലാവരും പുഞ്ചിരിച്ചോളൂ.

വിഭക്ത്യന്തസംസ്കൃതം പോലെ വിഭക്ത്യന്ത ഇംഗ്ലീഷും ഹിന്ദിയും ഭാഷാ വ്യവഹാരത്തിലേക്കു വന്നുകൊണ്ടിരിക്കുന്ന കാലമാണിത്. പോളിങ് ബൂത്തും, വോട്ടിങ് യന്ത്രവും, ഇന്നിങ്സും റണ്ണൗട്ടും മലയാളത്തിന്റെ ഭാഗമായിക്കഴിഞ്ഞു. വടക്കേ ഇന്ത്യയിൽനിന്നും ആചാരങ്ങൾ മാത്രമല്ല ഭാഷാപ്രയോഗങ്ങളും മലയാണ്മയിലേക്കു സംക്രമിച്ചു കൊണ്ടിരിക്കുന്നു. ഇന്ദിരാജിയും, സേഠ്ജിയും, ഗ്രാമീൺബാങ്കും, ഭാസ്കർലെയ്നും, വികാസ്ഭവനും ഇന്ന് മലയാളത്തിന് അന്യമല്ല. ഒരു സംക്രമണ കാലത്തിലേക്കാണ് ഭാഷയുടെ പോക്ക്. പറഞ്ഞ വഴിയേ പോയില്ലെങ്കിൽ പോയവഴിയേ അടിക്കുക. മലയാളം വാഴ്ക.

# പാഠാന്തരങ്ങൾ

**ഉ**ച്ചാരണം പദം പിരിക്കൽ എന്നിവയിൽ വരുത്തുന്ന പിഴവുകൾ കാവ്യഭാഷയിലാണ് ഏറ്റവും കൂടുതൽ കാണുന്നത്. ഇതിൽ വ്യാഖ്യാ താക്കളുടെ സംഭാവനകളും ചെറുതല്ല. ചൊല്ലിച്ചൊല്ലി പ്രചാരം സിദ്ധിച്ച കീർത്തനങ്ങളിലും ഭക്തി പ്രധാനങ്ങളായ കാവ്യങ്ങളിലും പിഴവുകൾ കടന്നുകൂടിയതിന് ദൃഷ്ടാന്തങ്ങൾ ധാരാളമുണ്ട്.

ഗുരുനാഥൻ തുണചെയ്ക സന്തതം
തിരുനാമങ്ങൾ നാവിന്മേലെപ്പൊഴും
പിരിയാതെയിരിക്കണം നമ്മുടെ
നരജന്മം സഫലമാക്കീടുവാൻ

എന്നു തുടങ്ങുന്ന *ജ്ഞാനപ്പാന*, ജനങ്ങളുടെ നാവിൽ മറ്റൊരു തര ത്തിൽ പുനർജ്ജനിച്ചിട്ടുള്ളതു നോക്കുക.

ഗുരുനാഥൻ തുണയാക സന്തതം
തിരുനാമങ്ങൾ നാവിന്മേലെപ്പൊഴും
പിരിയാതെയിരിക്കേണം നമ്മുടെ
നരജന്മം സഫലമാക്കീടുവാൻ

ഇങ്ങനെ പാഠങ്ങൾ ഉണ്ടാകുമ്പോൾ കവിയെഴുതിയ പാഠം കണ്ടു പിടിക്കാൻ ഗവേഷണം വേണ്ടിവരും. ജനങ്ങളുടെ ഇടയിൽ തലമുറക ളായി പ്രചാരമുള്ള കാവ്യങ്ങൾക്കെല്ലാം ഇപ്രകാരം പാഠാന്തരങ്ങൾ ഉണ്ട്. ചൊല്ലുമ്പോൾ മനസ്സിലാകാത്ത ഭാഗം സ്വയം തിരുത്തുകയോ മറ്റാരു ടെയെങ്കിലും തിരുത്തൽ സ്വീകരിക്കയോ ചെയ്ത് പാഠം സൃഷ്ടിക്കുന്ന പ്രവണത ഇന്നോ ഇന്നലെയോ തുടങ്ങിയതല്ല.

ബ്രാഹ്മണ്യം കൊണ്ടു കുന്തിച്ചു കുന്തിച്ചു
ബ്രഹ്മാവുമെനിക്കൊവ്വായെന്നും ചിലർ
ഈ വരികൾ ചൊല്ലിച്ചൊല്ലി

"ബ്രാഹ്മണ്യം കൊണ്ടു ചിന്തിച്ചു ചിന്തിച്ചു
ബ്രഹ്മാവും ഇശ്ശിദുർവ്വ എന്നും ചിലർ" എന്നായിട്ടുണ്ട്.

'കുന്തിച്ചു കുന്തിച്ചു' ചിന്തിച്ചു ചിന്തിച്ചു എന്നായത്, കുന്തിക്കലിനു ഭംഗിപോരാഞ്ഞിട്ടാകാം.

'ഒവ്വാ' 'ഇശ്ശിദുർവ്വ' ആയതു ബ്രാഹ്മണ്യത്തെ ഉറപ്പിക്കുന്നതിനു ചെയ്ത പൊടിക്കൈമൂലമാണ്. 'ഇശ്ശിദുർവ്വ'ബ്രാഹ്മണഭാഷതന്നെ. കവി ഹൃദയത്തോട് ചെയ്യുന്ന പാതകം തന്നെയാണ് ഈ ഭാഷാമാറ്റം.

ഹരിനാമകീർത്തനത്തിനും പാഠാന്തരങ്ങൾ നിരവധിയുണ്ട്. 'നാരായണ, സകല സന്താപനാശന, ജഗന്നാഥ വിഷ്ണുഹരി നാരായണായ നമഃ' എന്ന വരിക്ക് നാരായണ നരക സന്താപനാശക, ജഗന്നാഥ വിഷ്ണു ഹരിനാരായണായ നമഃ എന്നൊരു പാഠമുണ്ട്. ഇവിടെ സകല>നരക ആയി. നാശന > നാശക ആയി. ചൊൽവടിവിനു മാറ്റം ഉണ്ടെങ്കിലും അർത്ഥച്യുതി വരാത്തതു ഭാഗ്യം.

അഞ്ജന ശ്രീധര ചാരുമൂർത്തേ കൃഷ്ണ
അഞ്ജലി കൂപ്പി വണങ്ങിടുന്നേൻ

പ്രസിദ്ധമായ ഒരു ശ്രീകൃഷ്ണസ്തുതിയുടെ ആദ്യവരികളാണിത്. കൃഷ്ണൻ അഞ്ജന ശ്രീധരനാണെങ്കിലും കർത്തൃപാഠം അഞ്ജന ശ്രീധരനല്ല'. അഞ്ജനശ്രീ ചോരും. ചാരുമൂർത്തേ കൃഷ്ണ' എന്ന വരിയുടെ ഭാസുരത അഞ്ജന ശ്രീധരപാഠത്തിനില്ല. കറുപ്പിന്റെ ശ്രീ ചോർന്നു പോകുംവിധം ഇന്ദ്രനീലദ്യുതിയുള്ള ശരീരത്തോടുകൂടിയവനേ എന്ന അർത്ഥമാണ് 'അഞ്ജനശ്രീ ചോരും ചാരുമൂർത്തേ' എന്ന സംബോധനയിലുള്ളത്. കറുത്തവനും ശ്രീയെ ധരിക്കുന്നവനും, മനോഹരമായ ശരീരമുള്ളവനുമായ കൃഷ്ണനാണ് 'അഞ്ജനശ്രീധരാ ചാരുമൂർത്തേ' എന്ന പാഠാന്തരത്തിനുള്ളത്. അഞ്ജന ശ്രീചോരും എന്ന പ്രയോഗം ദഹിക്കാത്ത ആരുടെയോ നാവിൽ രൂപംകൊണ്ട 'അഞ്ജന ശ്രീധര' എന്ന പാഠത്തിനും ഇന്ന് നല്ല പ്രചാരമുണ്ട്.

തുഞ്ചത്തെഴുത്തച്ഛന്റെ 'പാർത്ഥസാരഥി വർണ്ണന'യുടെ ചാരുത അറിയാത്ത മലയാളികൾ ചുരുങ്ങും പാഠാവലികളിലൂടെ ഏറെ പ്രചാരംകിട്ടിയ ഒരു കാവ്യഭാഗമാണ് മഹാഭാരതം കിളിപ്പാട്ടിലെ പാർത്ഥസാരഥി വർണ്ണന: ശല്യർ കർണ്ണനു കാട്ടിക്കൊടുത്ത രൂപത്തിലാണ് ഈ വർണ്ണന കിളിപ്പാട്ടിൽ ഘടിപ്പിച്ചിട്ടുള്ളത്.

നിറന്നപീലികൾ നിരക്കവേ കുത്തി
നെറുകയിൽകൂട്ടിത്തിറമൊടുകെട്ടി

എന്നു തുടങ്ങുന്ന വരികളിലെ ആദ്യവാക്ക് പരിചിതമല്ലാത്തവർ 'നിരന്ന' എന്ന വാക്കാണ് അതെന്നു ധരിച്ച് 'നിരന്ന പീലികൾ നിരക്കവേ കുത്തി' എന്നുചൊല്ലി പ്രചാരത്തിൽ വരുത്തിയിട്ടുണ്ട്. ഒരു പ്രാചീന പദമാണ് 'നിറന്ന'. പ്രകാശിച്ച, to shine എന്നിങ്ങനെ അർത്ഥം. നിരന്ന എന്ന വാക്കിന് ഈ അർത്ഥമില്ല. നിറന്ന പീലിയുടെ സൗന്ദര്യം വ്യക്തമായല്ലോ.

പ്രഹരം, പ്രഹാരം എന്നീ പദങ്ങൾ ഒന്നല്ല വിഭിന്നാർത്ഥമുള്ള സ്വതന്ത്രപദങ്ങളാണ് അവ. പ്രഹരം സമയത്തെ സൂചിപ്പിക്കുന്ന പദമാ

ണ്. യാമം എന്ന് അർത്ഥം. 'പ്രഹരാർദ്ധേന' രാമൻ വേഗേന ബാണ ഗണം പ്രയോഗിച്ചതായി എഴുത്തച്ഛൻ എഴുതിയിട്ടുണ്ട്. അടിയാണ് ഉദ്ദേശിക്കുന്നതെങ്കിൽ പ്രഹാരം എന്നുവേണം. പ്രഹാരത്തെക്കുറിച്ച് അജ്ഞരായിട്ടുള്ളവരാണ് 'രഘുകുലജ വരസചിവവാമ മുഷ്ടി പ്രഹാരേണ പതിച്ചു വമിച്ചിതുചോരയും' എന്ന വരിയിലെ പ്രഹാരത്തെ തിരുത്തി പ്രഹരമാക്കിയത്. പാരായണത്തിനിടയിൽ ശ്രോതാക്കൾക്കു വേണ്ടി വിദ്വാനെന്ന് നടിക്കുന്ന ചിലർ ഇത്തരം തിരുത്തലുകൾ വരുത്തി കർതൃപാഠത്തെ അശുദ്ധമാക്കിയതിന് രാമായണം കിളിപ്പാട്ടിൽനിന്നും ഇനിയും ഉദാഹരണങ്ങൾ ചൂണ്ടിക്കാട്ടാനാകും. ശ്രദ്ധിക്കുക, പ്രഹരം ക്രിയയാക്കി പ്രഹരിച്ചു, പ്രഹരിക്കും, പ്രഹരിക്കുന്നു എന്ന് പ്രയോഗിക്കാം.

'കേശവധൃതകല്കി ശരീര ജയജഗദീശഹരേ' എന്നു തുടങ്ങുന്ന ഗീതഗോവിന്ദ സ്തുതിയിലെ കല്കിയെ ഖൾഗിയാക്കിയാണ് അഷ്ടപദിക്കാർ ചൊല്ലാറുള്ളത്. വിഷ്ണുവിന്റെ ദശാവതാരത്തിനു ഖൾഗിയെന്ന് എഴുതുന്നതു ശരിയല്ല. കല്കിയാണു ശരിയായ രൂപം. പാട്ടുകാർ ചൊല്ലി ഖൾഗിയെ പ്രതിഷ്ഠിച്ചിരിക്കുന്ന അവസ്ഥയാണ് ഇപ്പോഴുള്ളത്. ഖഡ്ഗിയും ശരിരൂപമല്ല. യേശുദാസിന്റെ നാദത്തിലൂടെ അനശ്വര യജസ്സാർജ്ജിച്ച 'ഹരിവരാസനം' കീർത്തനത്തിന്റെ ആലാപനത്തിൽ ഒരു വലിയ പ്രമാദം പറ്റിയിട്ടുണ്ട്. അരിവിമർദ്ദനത്തെ (ശത്രുനാശം) അരുവിമർദ്ദനമാക്കിയാണ് ഗാനഗന്ധർവ്വൻ പാടിയത്. വീഴ്ച പറ്റിയത് ഗായകനോ ഈണം നല്കിയ സംഗതജ്ഞനോ?

എഴുന്നരുളുകയാണ് എഴുന്നള്ളുകയായി മാറിയത്. എഴുന്നള്ളുക > എഴുന്നെള്ളുകയാകുന്നത് സ്വാഭാവികം. എന്നാൽ ഇതുപോലെ മാറ്റാവുന്ന രൂപമല്ല 'ഇരുന്നരുളുക'യെന്നത്. ലാഘവബുദ്ധിക്കാർ ഈ പദത്തെയും രൂപംമാറ്റി ഇരുന്നള്ളുക' ആക്കിയതിന് മികച്ച ഉദാഹരണമാണ് ഗിരിജാകല്യാണത്തിലെ രണ്ടു വരികൾ.

കണ്ണടച്ചിരുന്നള്ളുമിന്ദുചൂഡന്റെ മുൻപിൽ
കന്യകാവേഷം പൂണ്ടു നിന്നാളങ്ങൊരുദിനം
'ഇരുന്നള്ളുക' കുറേ കടുത്തുപോയി.
എന്തിനി നല്ലതെന്നിങ്ങനെ തന്നിലേ
ചിന്തിച്ചുനിന്നു നുറുങ്ങു നേരം

കൃഷ്ണഗാഥയിലെ ഈ വരികളിൽ ഒരു പ്രാചീനപദമുണ്ട്. നുറുങ്ങ്. 'നുറുങ്ങ് നേരം' അല്പനേരം എന്നർത്ഥം. 'ചിന്തിച്ചുനിന്നു നുണുങ്ങു നേരം' എന്ന പാഠം ശുദ്ധമല്ല. 'നുണുങ്ങ്' എന്നൊരു വാക്കില്ല. കൃഷ്ണഗാഥ ഭാഷയിലെ നാടോടിത്തം അച്ചടിയിൽ പലയിടത്തും ചോർന്നുപോയിരിക്കുന്നു. മലയാളത്തിന്റെ വടക്കൻ പ്രാദേശികങ്ങളിലെ പ്രതിഗ്രാഹിക വിഭക്തി പ്രത്യയം അകാരം കൃഷ്ണഗാഥയിൽനിന്നും അപ്രത്യക്ഷമായ സ്ഥിതിയാണ് ഇന്നുള്ളത്. 'കണ്ണനപ്പുകണ്ണു' ഇപ്പോൾ 'കണ്ണനെപുകണ്ണു'വാണ്. എകാരത്തെക്കാൾ 'പ്രാചീനമാണ് അകാരമെന്ന വസ്തുത വായനക്കാരും പ്രസാധകരും വിസ്മരിച്ചിരിക്കുന്നു.'

# അർത്ഥവും പൊരുളും

**കാ**ലത്തിന്റെ പ്രചണ്ഡമായ പാച്ചിലിൽപ്പെട്ട് പരിണാമം സംഭവിക്കാത്തതായി ലോകത്തിൽ ഒന്നും തന്നെയില്ല. കുന്ന് കുഴിയായി. കാട് നാടായി, ഉന്നതർ അധഃകൃതരായി. കുന്തവും വാളും തോക്കിന് വഴി മാറിക്കൊടുത്തു, സംസ്കാരം പഴയതും പുതിയതുമായി, അങ്ങനെ എന്തെന്തു മാറ്റങ്ങൾ! ഈ മാറ്റങ്ങൾ ഭാഷയുടെ അത്ഭുത പ്രപഞ്ചത്തിലും ദൃശ്യമാണ്. ചില പദങ്ങളും ചൊല്ലുകളും ഇന്നു കേട്ടാൽ മനസ്സിലാവില്ല. ചിലതിന്റെ പൊരുൾ മാറിപ്പോയിരിക്കുന്നു. സന്ദർഭവ്യതിയാനംകൊണ്ടും സൂചക പരിവർത്തനംകൊണ്ടും അർത്ഥപരിണാമം വന്ന പദങ്ങൾ ഭാഷാ ശേഖരത്തിലുണ്ട്.

നായൻമാരുടെ അവാന്തരവിഭാഗങ്ങൾ അന്നും ഇന്നും വ്യക്തമല്ല. ഇല്ലം, തൊരുവം, ഇടശ്ശേരി, കിരിയാത്ത്, പായസം, ചക്കാല എന്നിങ്ങനെ നീണ്ടുപോകുന്ന ആ പട്ടികയിൽ വടക്കേ മലയാളത്തിനു മാത്രം അവകാശപ്പെട്ട രണ്ടു നായൻമാരുണ്ട്. അത്തിക്കുറിച്ചിനായരും അടനിരങ്ങി നായരും. നായൻമാരുടെ ശവസംസ്കാരച്ചടങ്ങുകൾ നടത്താൻ അവകാശപ്പെട്ടവരാണ് അസ്ഥിക്കുറിച്ചിനായൻമാർ, അസ്ഥിയുമായി ബന്ധപ്പെട്ടവൻ അസ്ഥിക്കുറിച്ചി. അത്തിക്കുറിച്ചി അസ്ഥിക്കുറിച്ചിയുടെ തൽഭവമാണ്. ഇലയുമായി ബന്ധപ്പെട്ട നായരാണെങ്കിൽ അയാൾ തീർച്ചയായും ഇല മുറിയൻ നായരായിരിക്കും. കൈകാര്യം ചെയ്യുന്ന വസ്തുവിനും തൊഴിലിനും ആണ് ഈ ജാതി നിർണ്ണയനത്തിൽ പ്രധാന പങ്ക്. തിരുവിതാംകൂറിലെ വിളക്കിത്തലനായരുടെ ജനനം നോക്കുക. തല വിളക്കുന്നവൻ തലവിളക്കി. അടനിരങ്ങി നായരുടെ സ്ഥിതി ഇതിലും രസാവഹമാണ്. തിരണ്ടുകല്യാണവുമായി ബന്ധപ്പെട്ടാണ് അടനിരങ്ങിയുടെ അസ്തിത്വം. നായർ പെൺകുട്ടികൾ ഋതുമതിയായാൽ പണ്ട് പറകൊട്ടി

നാലുദിക്കിലും അറിയിക്കുമായിരുന്നു. തീണ്ടാരിക്കാലം കഴിയുന്നദിവസം പെണ്ണിനെ കുളിപ്പിച്ച് സുഗന്ധ ദ്രവ്യങ്ങൾ പൂശി കസവു നേര്യത് ഉടുപ്പിച്ച്, ചുട്ട് അടുക്കി നിരത്തിയ അരിയടയുടെ മുകളിൽ പുതുമുണ്ട് വിരിച്ച്, പെണ്ണിനെ അതിന്മേൽ കയറ്റിയിരുത്തി നിരങ്ങിക്കുമായിരുന്നത്രേ. അങ്ങനെ നിരങ്ങിക്കിട്ടിയ അടയുടെ അവകാശികളാണത്രേ അടനിരങ്ങി നായർ. നോക്കണേ ഓരോരുത്തരുടെ തലേലെഴുത്ത്! ഇന്നിപ്പോൾ എവിടെയെങ്കിലും നിരങ്ങലുണ്ടോയെന്നു സംശയമാണ്. പാവം അടനിരങ്ങി.

ഇടിയൻ എന്നു പറഞ്ഞാൽ നിങ്ങളെന്താ ധരിച്ചത്? എന്തായാലും നിങ്ങളുടെ ധാരണ ശരിയല്ല. അത് ഒരു ജാതിപ്പേരാണ്. ഇടി നടത്തുന്നവൻ ഇടിയൻ. പക്ഷേ, ആ ഇടിയുണ്ടല്ലോ അത് ഒന്നു പ്രത്യേകമാണ്. അവൽ ആണ് ഇടിക്കുന്നത്. മനുഷ്യനേയോ മാടിനേയോ അല്ല. കർണ്ണാടകത്തിൽനിന്നും വന്നവരാണ് ഈ ഇടിയന്മാർ. കലാപം ഇടിച്ചൊതുക്കാൻ ഇവർക്ക് കഴിവുണ്ടെന്ന് ആരും കരുതിക്കളയരുത്. ഇടിയുടെ കാര്യം വന്നപ്പോഴാണ് ഇതിനോടു ബന്ധമുള്ള രണ്ടുപദങ്ങൾ ഓർമ്മവന്നത്. ഇടിയുണ്ണി, ഇടിയൂന്നി, ഇടിയനായ ഉണ്ണിയെന്നോ ഇടി ഊന്നുന്നവൻ എന്നോ ഇതിന് നിങ്ങൾ അർത്ഥം കല്പിച്ചിട്ടുണ്ടാകാം. ഹേ മിസ്റ്റർ! നിങ്ങൾക്ക് തെറ്റി. ഇടിയുണ്ണിയും, ഇടിയൂന്നിയും പണ്ടത്തെ പലഹാരങ്ങളാണ്. ഇടിയപ്പം പോലെ, ഇടിച്ചെടുത്ത അരിമാവു കൊണ്ടുണ്ടാക്കുന്ന പലഹാരങ്ങൾ. ഇടിയുമായി യാതൊരു ബന്ധവുമില്ലാത്ത നിരുപദ്രവിയാണ് ഇട്ടി. പണ്ടത്തെ ബ്രാഹ്മണസ്ത്രീകളുടെ പൊതുപേരായിരുന്നു ഇട്ടി. ഇട്ടിച്ചിരി, ഇട്ടിത്തേവി, ഇട്ടിനങ്ങ, ഇട്ടുണ്ണൂലി എന്നിങ്ങനെ. ഈ ഇട്ടിയുണ്ടല്ലോ മലയാളിയല്ല. സംസ്കൃതത്തിലെ യഷ്ടിയിൽ നിന്നു വന്നതാണ് നമ്മുടെ ഇട്ടി. വടിയെന്നർത്ഥം. നോക്കണേ നമ്പൂരാരുടെ മിടുക്ക്. പണ്ടത്തെ അന്തർജ്ജനങ്ങൾ കേവലം വടികളായിരുന്നല്ലോ. പുറംലോകവുമായി ബന്ധമില്ലാതെ അന്തഃപുരങ്ങളിൽ ചാരിയിരുന്ന വടികൾ.

വധൂവരൻമാരെ നമ്മൾ ഇന്ന് പെണ്ണും ചെറുക്കനും എന്നാണല്ലോ വിശേഷിപ്പിക്കുക. സത്യത്തിൽ പെണ്ണിന്റെ കൂടെ വരേണ്ടത് ചെറുക്കനല്ല ആണാണ്. പെണ്ണിന്റെ പുല്ലിംഗം ആണാണല്ലോ. ഈ ചെറുക്കനെ കടത്തിവിട്ടത് ഏതു സംസ്കാരമാണെന്നു വ്യക്തമല്ല. നസ്രാണികളാണെന്നു തോന്നുന്നു. പണ്ട് ചെറുക്കൻ വീട്ടിന് ആണില്ലം എന്നാണ് പറഞ്ഞിരുന്നത്. ഈഴവർക്കൊഴിച്ച് മറ്റാർക്കെങ്കിലും ആദ്യരാത്രിയിലെ ഭക്ഷണമുണ്ടെന്നു തോന്നുന്നില്ല. ഈഴവർ ഇടയത്താഴം കഴിഞ്ഞിട്ടേ ആദ്യരാത്രിയിലെ മറ്റുപരിപാടികളിലേക്കു കടന്നിരുന്നുള്ളു. അവരുടെ ആദ്യരാത്രിയെ കട്ടിലേറ്റം എന്നുവിളിച്ചിരുന്നു. എന്തെങ്കിലും കുറ്റം ചെയ്തിരുന്നവരെ കട്ടിലേറാൻ അനുവദിച്ചിരുന്നില്ലെന്ന് ചില പഴയ ശാസനങ്ങളിൽ കാണുന്നു. പെണ്ണും ചെറുക്കനും നായൻമാർക്ക് അച്ചിയും നായരുമാണ്. അച്ചി ഇഞ്ചിപക്ഷം നായര് കൊഞ്ചുപക്ഷം എന്നാണല്ലോ ചൊല്ല്. നായൻമാർക്ക് അവരുടെ അച്ചിയിലാണ് കുടുംബം സ്ഥിതി ചെയ്യുന്നത്. പണ്ട് മരുമക്കത്തായികളായിരുന്നല്ലോ നായൻമാർ. അച്ചിയായി

രുന്നു തറവാട്ടിന്റെ കേന്ദ്രസ്ഥാനം. ഈ സംസ്കാരത്തെ സൂചിപ്പിക്കുന്ന ഒരു പദമാണ് അച്ചിത്തട. കന്നുകളോടുകൂടിയ വാഴമാണത്തിന് അച്ചിത്തട എന്നുപേർ. അച്ചിത്തടയില്ലെങ്കിൽ വാഴയുണ്ടോ? അച്ചിയില്ലെങ്കിൽ നായരുണ്ടോ?

ഒരു വലിയകാര്യംകൂടി പറഞ്ഞിട്ട് ഈ കുറിപ്പ് അവസാനിപ്പിക്കാം. ആനായത്തീട്ട് എന്ന് കേട്ടിട്ടുണ്ടോ? പണ്ട് രാജാക്കന്മാരെ 12 വർഷം നാട് ഭരിക്കുന്നതിന് കല്പിച്ചുകൊണ്ട് ബ്രാഹ്മണർ കൊടുത്തിരുന്ന തീട്ടാണ് ആനായത്തീട്ട്. ആനായർ നൽകുന്ന തീട്ട്. ആനായരെന്നാൽ ഇടയൻ എന്നർത്ഥം. ഇടയജാതിക്ക് ആഭിജാത്യം കല്പിച്ച് മലബാറിൽ പറയുന്ന പേരാണ് ഏറാടി. സാമൂതിരി വംശം ഏറാടിമാരിൽ നിന്നുണ്ടായതാണ്. ഏറാൾപ്പാട് എന്നും സാമൂതിരിയെ വിളിക്കുന്നതിന്റെ രഹസ്യമിതാണ്. വെടലനായരിലെ വെടലയ്ക്കർത്ഥം യോദ്ധാവെന്നാണ്. പുറനാനൂറിൽ 'വെടല' എന്ന വാക്കുണ്ട്.

നമ്പൂതിരി, നായർ, കണിയാൻ, കൊല്ലൻ, തട്ടാൻ, ആശാരി, കമ്മാളൻ, പട്ടർ, പറയൻ, മണ്ണാൻ, മാപ്പിള, പുലയർ, വാര്യർ, ഉള്ളാടൻ, ഊരാളി, മാരാർ, പാണൻ, കുറവൻ, തീയൻ, ചാക്യാർ, നമ്പി, പൊതുവാൾ തുടങ്ങി കേരളത്തിൽ അധിവസിക്കുന്നവരുടെ ഭാഷയാണ് മലയാളം. വീട്ടിൽ തമിഴോ കന്നടമോ തുളുവോ സംസാരിക്കുന്നവർ കേരളത്തിൽ ഉണ്ടെങ്കിലും വീട്ടിനു പുറത്ത് ഇടപഴകുമ്പോൾ അവർ മലയാളം സംസാരിക്കുന്നു. ആചാരങ്ങളും ശീലങ്ങളും ആസ്പദമാക്കി ചൊല്ലിന്റെ രൂപത്തിൽ എല്ലാ ജാതിക്കാരും ഭാഷയിൽ സ്ഥാനം പിടിച്ചിട്ടുണ്ട്. ചിലത് നോക്കുക. നമ്പൂതിരിക്ക് എന്തിന് ഉണ്ടവല? ഊട്ടുകേട്ട പട്ടര്, എമ്പ്രാന്റെ വിളക്കത്ത് വാര്യന്റെ അത്താഴം, മണ്ണച്ചിക്ക് മരനായർ, ഇട്ടുനിരങ്ങുന്ന അച്ചിക്ക് നിരങ്ങി ഉണ്ണുന്ന നായർ, കണിയാന്റെ പ്രശ്നം പോലെ, കമ്മാളൻ പല്ലക്കേറിയപോലെ, കൊല്ലക്കുടിയിൽ സൂചിവില്കുക, തട്ടാൻ തായ്പ്പൊന്നിലും മാപ്പൊന്നെടുക്കും. ആശാരിക്ക് വീട്ടിൽ മൂശേട്ട വിളയാട്ടം പോകുന്നിടത്ത് ലക്ഷ്മീ വിളയാട്ടം, പട്ടരിൽ പൊട്ടനില്ല, ആട്ടുകേട്ട മണ്ണാൻ, ഉമ്മ (മാപ്പിള) പോറ്റിയ കോഴി, അല്ലലുള്ള പുലയിയേ ചുള്ളിലുള്ള കാടറിയൂ, ഉള്ളാടനു ഭാഗ്യം വന്നാലെന്താ രണ്ടാമെ കൂടുതൽ കിട്ടും, ഊരാളിക്കു വഴി തിരിച്ചപോലെ, മാരാൻ വെച്ചാൽ തവളയെടുക്കും, പാണന്റെ ശീലപോലെ, കുരങ്ങുചത്ത കുറവൻ, ഓത്തു പിഴച്ചാൽ കൂത്ത്, മേത്തനുണ്ടോ ബാണയുദ്ധം, ചാക്യാരുടെ ആസനംപോലെ, തീയൻ മൂത്താൽ തെയ്യം, ആണ്ടി മകനെ ശംഖു താൻ പഠിപ്പിക്കണോ, ചെട്ടിമിടുക്കുണ്ടെങ്കിൽ ചരക്കുമിടുക്കുവേണ്ട, നമ്പി തുമ്പി പെരിച്ചാഴി പട്ടരും പൊതുവാൾ യഥാ എന്നീ ചൊല്ലുകൾ സൃഷ്ടിച്ച സാമൂഹിക വ്യവസ്ഥിതി അന്വേഷണവ്യമാണ്.

ഇതുനല്ല കൂത്ത്! താങ്കൾ നെറ്റിചുളിക്കേണ്ട. ഏട്ടിൽപ്പതിഞ്ഞത് മാറ്റാൻ പറ്റ്വോ.

# ഔദ്യോഗികഭാഷ മലയാളം മിഥ്യയും യാഥാർത്ഥ്യവും

**ആ**യിരത്തിത്തൊള്ളായിരത്തി അൻപത്തിയേഴ് ആഗസ്ത് 31-നാണ് കേരളസംസ്ഥാനത്തെ ഔദ്യോഗികഭാഷ മലയാളമാക്കുന്നതിന് സ്വീകരിക്കേണ്ട നടപടികളെക്കുറിച്ചു റിപ്പോർട്ടു ചെയ്യാൻ ഒരു കമ്മിറ്റിയെ ചുമതലപ്പെടുത്തിക്കൊണ്ട് ഗവൺമെന്റ് ഉത്തരവുണ്ടായത്. കോമാട്ടിൽ അച്ചുതമേനോനായിരുന്നു സമിതിയുടെ അദ്ധ്യക്ഷൻ. 1958 ആഗസ്ത് 16 നു സമിതി റിപ്പോർട്ടു സമർപ്പിച്ചു. അതിലെ ശുപാർശകൾ ഗവൺമെന്റ് പൊതുവേ അംഗീകരിക്കുകയും ചെയ്തു. ഏഴുവർഷംകൊണ്ട് മലയാളം ഔദ്യോഗികഭാഷയാക്കാനുള്ള നടപടികളാണ് സമിതി നിർദ്ദേശിച്ചിരുന്നത്. മന്ത്രിസഭകളുടെ പതനംമൂലം 1965 വരെ യാതൊന്നും നടന്നില്ല. 1965 മേയ് 5 ന് ഭരണഭാഷ സംബന്ധിച്ച നടപടികൾ പ്രായോഗികതല ത്തിലെത്തിക്കുന്നതിന് ഒരു സ്പെഷ്യൽ ഓഫീസറെ ഗവൺമെന്റ് നിയ മിച്ചു. മലയാറ്റൂർ രാമകൃഷ്ണനായിരുന്നു സ്പെഷ്യൽ ഓഫീസർ. അദ്ദേഹം സമർപ്പിച്ച റിപ്പോർട്ടും അതിനെ ആധാരമാക്കി ഗവൺമെന്റ് ഇറക്കിയ വിജ്ഞാപനവും ഇംഗ്ലീഷിലായിരുന്നു!

ഭരണഭാഷ മലയാളമാക്കേണ്ടുന്നതിന്റെ ആവശ്യകത, ഭരണഭാഷ യാക്കുന്നതിന് പൊതുവിൽ കൈക്കൊള്ളേണ്ട മുൻകരുതലുകൾ, മല യാളം ഔദ്യോഗികഭാഷയാക്കേണ്ട വകുപ്പുകൾ, തലങ്ങൾ എന്നിവ വിശ ദീകരിച്ചുകൊണ്ടുള്ള സ്പെഷ്യൽ ഓഫീസറുടെ റിപ്പോർട്ട് ഫലത്തിൽ ഗവൺമെന്റ് അംഗീകരിച്ചു. പൊതുജനസമ്പർക്കം കൂടുതലുള്ള മേഖ ലകളിലാണ് മലയാളം ശുപാർശ ചെയ്യപ്പെട്ടത്. ലാന്റ് റവന്യു, എക്സൈസും നിരോധനവും, വികസനം, സിവിൽ സപ്ലൈസ്, വനം, അളവുതൂക്കങ്ങൾ, പഞ്ചായത്ത്, മുനിസിപ്പാലിറ്റി, സഹകരണം, ഹരിജ നക്ഷേമം എന്നീ വകുപ്പുകളിലുള്ള ഉത്തരവുകളും എഴുത്തുകുത്തുകളും

മലയാളത്തിലാക്കാൻ സ്പെഷ്യൽ ഓഫീസർ ശുപാർശ ചെയ്തു. മലയാളത്തിൽ ലഭിക്കുന്ന അപേക്ഷകൾക്ക് മലയാളത്തിൽ മറുപടി നല്കുക, പൊതുതാല്പര്യമുള്ള വിഷയങ്ങൾ മലയാളത്തിൽത്തന്നെ ഗസറ്റിൽ പ്രസിദ്ധപ്പെടുത്തുക, ഭരണഭാഷാസംബന്ധിയായ സമിതികളുടെ ചർച്ചകൾ മലയാളത്തിലാക്കുക തുടങ്ങിയ ശുപാർശകളും മലയാറ്റൂരിന്റെ റിപ്പോർട്ടിൽ ഉണ്ടായിരുന്നു. സ്പെഷ്യൽ ഓഫീസറുടെ ശുപാർശയിന്മേൽ 1965 ഏപ്രിൽ 19 മുതൽ കൂടുതൽ ഭരണവിഭാഗങ്ങളിൽ മലയാളം ഔദ്യോഗികഭാഷയാക്കാനുള്ള നിർദ്ദേശങ്ങൾ ഗവൺമെന്റ് നല്കി. രജിസ്ട്രേഷൻ, ചിട്ടി, ജയിൽ, ഹിന്ദു റിലീജിയസ് ആന്റ് ചാരിറ്റബിൾ എൻഡോവ്മെന്റ്, പ്രാഥമിക വിദ്യാഭ്യാസം, സർവ്വേലാന്റ് റിക്കാർഡ്സ് എന്നീ തലങ്ങളിൽ മലയാളം ഉപയോഗിക്കണമെന്ന് ഗവൺമെന്റ് നിഷ്കർഷിച്ചു. പക്ഷേ, ഈ ഉത്തരവുകളിലെല്ലാം മലയാളം ഒഴിവാക്കപ്പെടാനുള്ള പഴുതുകളും ഉണ്ടായിരുന്നു.

മലയാളം ഔദ്യോഗികഭാഷയാക്കുന്നതിൽ കാര്യമായ നീക്കങ്ങൾ ഉണ്ടായത് 1967 ൽ സി അച്യുതമേനോൻ മുഖ്യമന്ത്രിയായപ്പോഴാണ്. ഔദ്യോഗികഭാഷാസമിതിയുടെ പ്രവർത്തനം അദ്ദേഹം കൂടുതൽ ഊർജ്ജസ്വലമാക്കി. മലയാളം ടൈപ്പ് റൈറ്റർ എന്ന ആശയം സജീവമായതും പൂവണിഞ്ഞതും അക്കാലത്താണ്. 1969 ലെ കേരള ഒഫീഷ്യൽ ലാംഗ്വേജ് (ലെജിസ്ലേഷൻ) ആക്ട് മലയാളഭരണഭാഷാ ചരിത്രത്തിൽ എടുത്തുപറയേണ്ട ഒന്നാണ്. ഇന്ത്യൻ ഭരണഘടനയുടെ 345-ാം ആർട്ടിക്കിളിനെ പിന്തുടർന്ന് ബില്ലുകൾ, ആക്ടുകൾ, ഓർഡിനൻസുകൾ, ഉപനിയമനിർമ്മാണങ്ങൾ എന്നിവയ്ക്ക് പ്രാദേശികഭാഷ ഉപയോഗിക്കുന്നത് സംബന്ധിച്ച 1969 ലെ ഏഴാം ആക്ട്; അതിനുഭേദഗതി നിർദ്ദേശിച്ചിട്ടുള്ള 1973 ലെ ആക്ട് 15 എന്നിവയിലൂടെ മലയാളവും ഇംഗ്ലീഷും സംസ്ഥാനത്തെ ഔദ്യോഗികഭാഷകളായി. ഫലത്തിൽ മലയാളത്തിന് പുതിയ ആക്ടുകൾകൊണ്ട് ഒരു ഗുണവും സിദ്ധിച്ചില്ല. കന്നട, തമിഴ് ന്യൂനപക്ഷങ്ങൾക്ക് അവരുടെ ഭാഷയിൽത്തന്നെ എഴുത്തുകുത്തുകൾ ആവാമെന്നും, ഈ ഭാഷകളിൽ അയയ്ക്കുന്ന നിവേദനങ്ങൾക്ക് അതാതു ഭാഷയിൽത്തന്നെ മറുപടി നല്കണമെന്നും, തമിഴരും കർണ്ണാടകരുമല്ലാതുള്ള സംസ്ഥാനത്തെ ഭാഷാന്യൂനപക്ഷക്കാർ സംസ്ഥാനഗവൺമെന്റ് ഓഫീസുകളുമായി കത്തിടപാടുകൾ നടത്തുന്നതിന് ഇംഗ്ലീഷ് ഉപയോഗിക്കാമെന്നും 1969, 1973 കളിലെ ആക്ടുകൾ വ്യക്തമാക്കി.

ഔദ്യോഗികഭാഷാസംബന്ധിയായ ധാരാളം ഉത്തരവുകൾ 1970-75 കാലയളവിൽ ഉണ്ടായി. മലയാളം ചുരുക്കെഴുത്തു മാനുവൽ തയ്യാറാക്കാനും, സ്റ്റേറ്റ് ഭരണ റിപ്പോർട്ട് മലയാളത്തിൽ പരിഭാഷപ്പെടുത്താനും ഉത്തരവുകളിറങ്ങി. കെട്ടിടങ്ങൾ, പാലങ്ങൾ, അണക്കെട്ടുകൾ, ജലസേചന പ്രവർത്തനങ്ങൾ തുടങ്ങിയവയുടെ ഉദ്ഘാടനം, തറക്കല്ലിടൽ, വിളംബരങ്ങൾ എന്നിവ രേഖപ്പെടുത്താൻ സ്ഥാപിക്കുന്ന ഫലകങ്ങളിൽ മലയാളഭാഷ ഉപയോഗിക്കുന്നതു സംബന്ധിച്ചാണ് മറ്റൊരു ഉത്തരവ്.

ഹൈക്കോടതി ഉൾപ്പെടെ കേരളത്തിൽ പ്രവർത്തിക്കുന്ന കോടതികളിൽ വിധികൾ ഇംഗ്ലീഷിലോ മലയാളത്തിലോ ആകാമെന്ന് 1973 മേയ് 11-ലെ ഗസറ്റ് വിജ്ഞാപനം വ്യക്തമാക്കി. ഓഫീസുകളിലെ ഉപയോഗത്തിനായി 'ഭരണഭാഷാപ്രയോഗപദ്ധതി ഒന്നാംഭാഗം' എന്നൊരു കൈപ്പുസ്തകം 1974 മേയിൽ കേരളസർക്കാർ പ്രസിദ്ധീകരിച്ചു. അതേ വർഷം ജൂണിൽ കേരളഭാഷാ ഇൻസ്റ്റിറ്റ്യൂട്ടിന്റെ 'ഭരണഭാഷാഗ്ലോസറി' പുറത്തിറങ്ങി. പി ദാമോദരൻ നായർ തയ്യാറാക്കിയ 'ഇംഗ്ലീഷ് മലയാളം ഭരണ ശബ്ദ കോശം' എന്ന കൃതിക്ക് ഔദ്യോഗികാംഗീകാരം 1974 ഡിസംബർ 9 നു ഗവൺമെന്റ് നല്കി. ഈ നടപടികൾകൊണ്ട് മലയാളം ഭരണഭാഷയായി മാറുന്ന പ്രക്രിയയ്ക്ക് ആക്കം വർദ്ധിച്ചുവെന്നത് ശ്രദ്ധേയം.

ഓഫീസ് ഫാറങ്ങൾ മലയാളത്തിലാക്കാനുള്ള നടപടികൾ ആരംഭിച്ചത് 1975 ജൂൺ 7 നാണ്. മുഖ്യമന്ത്രിയായിരുന്ന അച്യുതമേനോൻ ഇക്കാര്യത്തിൽ പ്രത്യേക ശുഷ്കാന്തി കാണിച്ചു. 1975 ജൂൺ 19 ലെ ഔദ്യോഗികഭാഷാ വകുപ്പിന്റെ സർക്കുലറിലെ ഒരു ഭാഗം നോക്കുക:

"മലയാളം ഔദ്യോഗികഭാഷയാക്കുന്നതിനെക്കുറിച്ച് സർക്കാർ പുറപ്പെടുവിച്ചിട്ടുള്ള ഉത്തരവുകളും പൊതുനിർദ്ദേശങ്ങളും വിവിധ വകുപ്പുകൾ നടപ്പിലാക്കിയിട്ടുണ്ടെന്ന പറയുന്നത് എത്രത്തോളം ശരിയാണെന്നു പരിശോധിക്കേണ്ടതാണെന്നു മുഖ്യമന്ത്രി അഭിപ്രായപ്പെട്ടു. ഇതു സംബന്ധിച്ചുള്ള സർക്കാർ ഉത്തരവുകൾ നടപ്പിലാക്കുന്നുണ്ടോ എന്നറിയുന്നതിനും ആഫീസുകൾ സന്ദർശിച്ചു പരിശോധിച്ച് അതു ബോദ്ധ്യപ്പെടുന്നതിനും വേണ്ട സംവിധാനം നിലവിലില്ലാത്ത പരിതഃസ്ഥിതിയിൽ ജില്ലാതലത്തിൽ ജില്ലാകളക്ടറുടെ കീഴിലുള്ള ഒരു ഉദ്യോഗസ്ഥനെയും ഹെഡ് ആഫീസുകളിൽ വകുപ്പുതലവൻമാരുടെ കീഴിലുള്ള ഒരു ഉദ്യോഗസ്ഥനെയും ഇക്കാര്യത്തിനുവേണ്ടി പ്രത്യേകം ചുമതലപ്പെടുത്തണമെന്ന് തീരുമാനിച്ചു."

ഇത്രയൊക്കെ നടപടികൾ ഉണ്ടായിട്ടും ചില വകുപ്പുകളിൽ കീഴ് ഓഫീസുകളിൽനിന്നും മലയാളത്തിൽ കത്തുകൾ മുകളിലേക്ക് അയച്ചാൽ തന്നെയും അവ പിന്നീട് ഇംഗ്ലീഷിലായി മാറുന്നത് സാർവ്വത്രികമായിത്തുടർന്നു. ഇത് തീർത്തും അതൃപ്തികരമായ സ്ഥിതിവിശേഷമാണെന്ന് ഗവൺമെന്റ് കരുതുന്നതായി 1978 ഫെബ്രുവരി 8 ലെ വിജ്ഞാപനം വ്യക്തമാക്കുന്നു.

ഔദ്യോഗികഭാഷ മലയാളമാക്കുന്നതിനുള്ള നടപടികളുടെ ഭാഗമായി *ഭരണഭാഷ* എന്നപേരിൽ ഒരു മാസിക പ്രസിദ്ധീകരിക്കാൻ ഗവൺമെന്റ് തീരുമാനിച്ചു. വില്ലേജാഫീസ് മുതൽ സെക്രട്ടറിയേറ്റുവരെ ഭരണത്തിന്റെ എല്ലാ തലങ്ങളിലും മലയാളം ഔദ്യോഗികഭാഷയാക്കുവാൻ മുഖ്യമന്ത്രി സി അച്യുതമേനോന്റെ നിർദ്ദേശമനുസരിച്ച് ഒരു പഞ്ചവത്സരപദ്ധതി തയ്യാറാക്കപ്പെട്ടു. 1978 ആഗസ്ത് ഒന്നാം തീയതി മുതൽ ഈ പദ്ധതി ആരംഭിച്ചു. ഇതിന്റെ ഭാഗമായി 1978 ആഗസ്ത് 1 മുതൽ 1979 ജൂലൈ 31 വരെയുള്ള ഒരു വർഷം ഭരണഭാഷാവർഷമായി

ആചരിക്കാൻ തീരുമാനിച്ചു. പദ്ധതിയുടെ വിശദമായ റിപ്പോർട്ട് 1978 ജൂലൈ 4 ലെ ഗസറ്റിൽ ഗവൺമെന്റ് പ്രസിദ്ധപ്പെടുത്തിയിട്ടുണ്ട്. മലയാളം ഔദ്യോഗികഭാഷയാക്കുന്നതിന്റെ ഭാഗമായി മാന്വലുകളും ചട്ടങ്ങളും ഫാറങ്ങളും തർജ്ജമ ചെയ്യേണ്ട ചുമതല അതാതു വകുപ്പുകൾക്ക് ഗവൺമെന്റ് നല്കി. ഭാഷയുടെ കാര്യത്തിൽ ഗവൺമെന്റ് നയം ഇങ്ങനെയായിരുന്നു.

"ഇംഗ്ലീഷ് ഭാഷാരീതിക്കു യോജിച്ചവിധം തയ്യാറാക്കിയതും പണ്ടു മുതൽ നടപ്പിലിരിക്കുന്നതുമായ ഫാറങ്ങളും മറ്റും മലയാളത്തിലേക്കു പരിഭാഷപ്പെടുത്തുമ്പോൾ മലയാളഭാഷാരീതിക്കു യോജിക്കുന്നവിധം അവ മാറ്റുകയും ലളിതമാക്കുകയും ചെയ്യേണ്ടതുണ്ട്. അതിനാൽ ഇപ്പോൾ നിലവിലിരിക്കുന്ന ഇംഗ്ലീഷിലുള്ള അപേക്ഷാഫാറങ്ങൾ, സാക്ഷ്യപത്രങ്ങൾ, പ്രമാണങ്ങൾ തുടങ്ങിയവയുടെ ശരി തർജ്ജമ തയ്യാറാക്കുന്നതിനുപകരം അവ മലയാളരീതിക്കു യോജിക്കുന്നവിധം രൂപഭേദപ്പെടുത്തി സൂക്ഷ്മപരിശോധനയ്ക്കായി ഔദ്യോഗികഭാഷാവകുപ്പിന് അയച്ചുതരേണ്ടതാണ്. അതിനുശേഷം മാറ്റം വരുത്തിയ രീതിയിലുള്ള ഫാറങ്ങളും മറ്റും സർക്കാരിൽനിന്നും അംഗീകാരം വാങ്ങി അവ പ്രയോഗത്തിൽ വരുത്തേണ്ടതാണെന്ന് ബന്ധപ്പെട്ട എല്ലാവരേയും ഇതിനാൽ അറിയിക്കുന്നു." (1983 ജൂൺ 27 വിജ്ഞാപനം).

വിവിധ വകുപ്പുകളിൽനിന്നും പൊതുമേഖലാ സ്ഥാപനങ്ങളിൽ നിന്നും മലയാളദിനപത്രങ്ങൾക്കു നല്കുന്ന പരസ്യങ്ങൾ മലയാളത്തിൽ തന്നെയായിരിക്കണമെന്ന് 1983 ജൂലൈ 3 ന് ഇറങ്ങിയ ഉത്തരവിൽ വ്യക്തമാക്കി. ഹൈക്കോടതിയുടെയും കീഴ്ക്കോടതികളുടെയും വിധികളും മറ്റു കോടതിക്കാര്യങ്ങളും മലയാളത്തിലാക്കുന്നതിന് അവശ്യംവേണ്ട നടപടികൾ റിപ്പോർട്ടുചെയ്യാൻ ജസ്റ്റിസ് കെ കെ നരേന്ദ്രൻ കമ്മിഷൻ 1985 മെയ് 24 ന് നിലവിൽ വന്നു. പ്രധാനപ്പെട്ട മറ്റൊരു നടപടി മന്ത്രിസഭായോഗങ്ങളിൽ ചർച്ചയ്ക്കുവേണ്ടി സമർപ്പിക്കപ്പെടുന്ന കുറിപ്പുകൾ മലയാളത്തിലായിരിക്കണമെന്ന നിർദ്ദേശമാണ്. 1988 ഡിസംബർ ആയപ്പോഴേക്കും 18 വകുപ്പുകളിൽ ഔദ്യോഗികാവശ്യങ്ങൾക്കു മലയാളം മാത്രം ഉപയോഗിക്കുന്നതിനുള്ള ഭരണപരിഷ്കാരം നടന്നു കഴിഞ്ഞിരുന്നു. 1996 ൽ അത് 67 വകുപ്പുകളിലേക്ക് വ്യാപിച്ചു. ഇപ്പോൾ 77 സർക്കാർ വകുപ്പുകളിലും പൊതുമേഖലാ സ്വയംഭരണസ്ഥാപനങ്ങളിൽ 31 എണ്ണത്തിലും, പൊതുമേഖലാസ്ഥാപനങ്ങളിൽ 65 എണ്ണത്തിലും ഉത്തരവു പ്രകാരം ഔദ്യോഗികഭാഷ മലയാളമാണ്. കേരള പബ്ലിക് സർവ്വീസ് കമ്മിഷൻ നടത്തുന്ന എല്ലാ എഴുത്തു പരീക്ഷകൾക്കും ഭാഷാന്യൂനപക്ഷങ്ങൾക്ക് നിലവിലുള്ള അവകാശം നിലനിർത്തിക്കൊണ്ട് ഒരു പേപ്പർ മലയാളത്തിൽ തന്നെ നിർബ്ബന്ധമായും ഉണ്ടായിരിക്കണമെന്ന് വ്യവസ്ഥ ചെയ്തുകൊണ്ട് 2000 ഫെബ്രുവരി 7 ന് ഉത്തരവായെങ്കിലും അത് നടപ്പിലായില്ലെന്നു മാത്രമല്ല വിവാദ ഗ്രസ്തമാകുകയും ചെയ്തു.

ഔദ്യോഗികഭാഷ മലയാളം എന്ന നയം ഇന്നും പൂർണ്ണമായി നടപ്പിലാക്കാൻ കഴിഞ്ഞിട്ടില്ല. ഇച്ഛാശക്തിയും താല്പര്യവുമുള്ള ഭരണാധികാരികൾ ഉണ്ടായാലേ ലക്ഷ്യം കരഗതമാവൂ. ഇ എം എസും, അച്യുതമേനോനും, എ കെ ആന്റണിയും, സി എച്ച് മുഹമ്മദ് കോയയും ഔദ്യോഗികഭാഷ മലയാളമാക്കുന്നതിൽ വളരെ താല്പര്യം പ്രദർശിപ്പിച്ചവരായിരുന്നു. കേരളപ്പിറവി ദിനമായ നവംബർ ഒന്നാം തീയതി 'ഔദ്യോഗികഭാഷാദിനമായി' ആചരിക്കണമെന്ന് ഉത്തരവിട്ടത് സി എച്ച് മുഹമ്മദ് കോയയാണ്. 2002 മാർച്ച് 18 നാണ് മലയാളദിനാഘോഷവും ഭരണഭാഷാവാരാഘോഷവും നടത്താനുള്ള ഉത്തരവ് കേരളസർക്കാർ പുറപ്പെടുവിച്ചത്. നവംബർ ഒന്ന് ശ്രേഷ്ഠഭാഷാദിനം കൂടിയാണ്.

മലയാളം എന്റെഭാഷയാണ്; മലയാളത്തിന്റെ സമ്പത്തിൽ ഞാൻ അഭിമാനിക്കുന്നു; മലയാളഭാഷയെയും കേരള സംസ്കാരത്തെയും ഞാൻ ആദരിക്കുന്നു; മലയാളത്തിന്റെ വളർച്ചയ്ക്കുവേണ്ടി എന്റെ കഴിവുകൾ ഞാൻ വിനിയോഗിക്കും എന്ന പ്രതിജ്ഞ മലയാളദിനമായ നവംബർ 1 ന് എല്ലാ സ്കൂളുകളിലും എടുക്കണമെന്ന് 2002 മേയ് 2 ലെ ഉത്തരവ് നിർദ്ദേശിച്ചു. ഈ നിർദ്ദേശം ഓഫീസുകൾക്കും പിന്നീട് ബാധകമാക്കിയെങ്കിലും മാതൃഭാഷയോടുള്ള അവഗണനയ്ക്കു കുറവൊന്നും സംഭവിച്ചില്ല.

മലയാളം ഒന്നാംഭാഷയാക്കിയിട്ട് നാളുകളേറെയായി. നടപ്പിലായില്ലെന്നുമാത്രം. മലയാളം ക്ലാസിക് ഭാഷയായിട്ടും ആർക്കെന്തു ചേതം? യഥാർത്ഥത്തിൽ ഉത്തരവുകളുടെ അഭാവമല്ല; ഇച്ഛാശക്തിയുടെ അഭാവമാണ് മലയാള ഭാഷയെ സംബന്ധിച്ച എല്ലാ കാര്യങ്ങളിലും വിലങ്ങുതടിയായി നില്ക്കുന്നത്.

മലയാളഭാഷാചരിത്രത്തിലെ ഒരു സുവർണ്ണാദ്ധ്യായമായിരുന്നു മലയാളഭാഷാബില്ലിന്റെ അവതരണവും പാസാക്കലും. സർക്കാർ, എയ്ഡഡ് സ്കൂളുകളിൽ പത്തുവരെ മലയാളം നിർബ്ബന്ധ ഒന്നാം ഭാഷയാക്കിയ നിയമനിർമ്മാണം നടന്നത് 17.12.2015-ലാണ്. നിയമസഭ ഏകകണ്ഠമായി മലയാളഭാഷാബിൽ പാസാക്കി. ഔദ്യോഗികാവശ്യങ്ങൾക്കെല്ലാം മലയാളം നിർബ്ബന്ധമാക്കാൻ വ്യവസ്ഥ ചെയ്യുന്നതാണ് ബിൽ. നിലവിലുള്ള ഉദ്യോഗസ്ഥ ഭരണപരിഷ്കാര വകുപ്പിനെ മലയാളഭാഷാവികസന വകുപ്പായി പുനർനാമകരണം ചെയ്യാൻ ബില്ലിൽ വ്യവസ്ഥയുണ്ട്. സംസ്ഥാനം നിലവിൽവന്ന് ആറ് പതിറ്റാണ്ട് കഴിഞ്ഞിട്ടാണ് ഇങ്ങനെയൊരു ബിൽ നിയമസഭയിൽ വന്നത്. 2015 ജൂൺവരെ ഭാഷാ സംബന്ധമായി ഇറങ്ങിയിട്ടുള്ള സർവ്വ ഉത്തരവുകളിലേയും വ്യവസ്ഥകൾ ക്രോഡീകരിച്ചുകൊണ്ടാണ് ഭാഷാബിൽ തയ്യാറാക്കിയിട്ടുള്ളത്. മലയാളഭാഷാബിൽ രാഷ്ട്രപതിയുടെ അംഗീകാരത്തിനായി അയച്ചിരിക്കുകയാണ്. അംഗീകാരം ലഭിക്കുന്നതിലെ കാലതാമസം ആശങ്കയുളവാക്കുന്നു. മലയാളം അറിഞ്ഞുകൂടെങ്കിലും കേരളത്തിൽ ഉദ്യോഗം നേടാം, അൺ എയിഡഡ്

സ്കൂളുകളിൽ മലയാളം നിർബ്ബന്ധമല്ല, എന്നീ അവസ്ഥകൾ ബിൽ പ്രാബല്യത്തിൽ വന്നാലും തുടരുമെന്ന യാഥാർത്ഥ്യം മുഴച്ചുനില്ക്കും.

ഭരണഭാഷ മലയാളമാക്കുകയെന്നത് ഗവൺമെന്റ് തലത്തിൽ മാത്രം ചെയ്യേണ്ട കാര്യമല്ല. മാതൃഭാഷ ഭരണമാദ്ധ്യമമാക്കണമെന്ന ആവശ്യം ഒരാവേശമായി ജനങ്ങളിൽ ഉണർന്നാലേ അതിനനുസരിച്ച് അധികാരികളും ഉദ്യോഗസ്ഥരും ഉണർന്നു പ്രവർത്തിക്കുകയുള്ളു. മലയാളം ഒന്നാം ഭാഷയാക്കാനും ഭരണമാദ്ധ്യമമാക്കാനും ഒരു ബഹുജന മുന്നേറ്റവും കേരളത്തിൽ ഉണ്ടായിട്ടില്ല. ചില സമിതികളും വ്യക്തികളും ഇടയ്ക്കിടയ്ക്കു ചില കലമ്പലുകൾ കൂട്ടിയതുകൊണ്ടാണ് പരിമിതനിലയ്ക്കെങ്കിലും ഔദ്യോഗികഭാഷ മലയാളമായി പരിണമിച്ചത്. അവരുടെ കൂട്ടായ്മകളേയും പ്രവർത്തനങ്ങളേയും പുച്ഛത്തോടെ നോക്കിക്കാണുന്നവരാണ് മലയാളികളിൽ ഭൂരിപക്ഷവും. ഈ സ്ഥിതി മാറ്റിയെടുക്കാൻ രാഷ്ട്രീയകക്ഷികളും ബഹുജനസംഘടനകളും മുന്നോട്ടുവരണം. അതിനവരെ പ്രേരിപ്പിക്കാൻ ജനാധിപത്യ വിശ്വാസികൾക്കും ഭാഷാഭിമാനികൾക്കും ബുദ്ധിജീവികൾക്കും തോന്നുകയും വേണം. ഭരണം നാട്ടുകാരുടെ കൈകളിലാണെങ്കിലും അഭ്യസ്തവിദ്യരുടെ ചിന്താഗതിയെ നിയന്ത്രിക്കുന്നത് കൊളോണിയൽ ഭരണത്തിന്റെ സമ്പ്രദായങ്ങളാണ്. ഇംഗ്ലീഷ് മീഡിയം സ്കൂളുകളും കോളേജുകളും സൃഷ്ടിച്ചുകൊണ്ടിരിക്കുന്നത് കൊളോണിയൽ ഭരണസമ്പ്രദായങ്ങളോട് വിധേയത്വമുള്ള ഒരു ഉദ്യോഗസ്ഥവൃന്ദത്തെയാണ്. ഇവരിൽ ഭാഷയോട് സ്നേഹവും ബഹുമാനവും ഉള്ളവർ എണ്ണത്തിൽ കുറവാണ്. 2011 ലെ സെൻസസ് നല്കുന്ന പാഠം നോക്കുക:

| | |
|---|---|
| മലയാളം മാതൃഭാഷയായിട്ടുള്ളവർ (കേരളം) | 3,34,06061 |
| അഭ്യസ്തവിദ്യർ | 2,81,35824 |
| മെട്രിക്കും അതിനു മുകളിലും വിദ്യാഭ്യാസമുള്ളവർ | 1,22,37837 |

ഈ കണക്കുപ്രകാരം ഇംഗ്ലീഷ് അറിയാമെന്നു വെച്ചിട്ടുള്ളവർ മൊത്തം ജനസംഖ്യയുടെ 36.6 ശതമാനം മാത്രമാണ്. അവരിൽത്തന്നെ ഇംഗ്ലീഷിലെഴുതാനും വായിക്കാനും കഴിയുന്നവർ എത്ര തുച്ഛമാണെന്നോ! കുറഞ്ഞൊന്നു ചിന്തിക്കൂ; എത്രകാലമായി ഒരു മഹാഭൂരിപക്ഷത്തെ വിദേശഭാഷകൊണ്ട് മറകെട്ടി നാം അകറ്റി നിർത്തിയിരിക്കുന്നു! സ്വാതന്ത്ര്യം കിട്ടി കാലമിത്രയായിട്ടും ഏട്ടിൽ മാത്രമേ മലയാളം ഔദ്യോഗികഭാഷയായിട്ടുള്ളു. മലയാളം ക്ലാസിക് ഭാഷയായിട്ടും ഒന്നാം ഭാഷയായിട്ടും ഇവിടെ ഒന്നും സംഭവിച്ചില്ല. എന്നിരുന്നാലും ഭാഷാദിനവും ഭരണഭാഷാവാരവും നാം കെങ്കേമമായി ആഘോഷിക്കുന്നു! കുളിച്ചില്ലെങ്കിലും തോർത്ത് പുരപ്പുറത്തു കിടക്കട്ടേ.

# ഭരണഭാഷ നൂറ്റാണ്ടുകളിലൂടെ

## 1. തരിസാപ്പള്ളി ചെപ്പേട് 1 ക്രി.വ.849

സ്വസ്തി കോത്താണു ഇരവിക്കുത്തൻ പല നൂറായിരത്താണ്ടും മറുകുതലൈ ച്ചിറന്തടിപ്പടുത്താളാനിന്റെയാണ്ടുൾ ചെല്ലാനിന്റയാണ്ടൈന്തു. ഇവ്വാണ്ടു വേണാടു വാഴ്കിന്റ അയ്യനടികടിരുവടിയുമ് മതികാരരും പിരകിരുതിയുമ്മണിക്കിരാമവുമൈഞ്ചുവണ്ണവും പുന്നെത്തലൈപ്പതിയുമുൾവൈത്തുക്കുരക്കേണിക്കൊല്ലത്തു എശോദാതപിരായി ചെയ്വിത്തതരുസാപ്പള്ളിക്കു ഐയ്യനടികടിരുവടി കുടുത്ത വിടുപേറാവതു.

(ഒന്നാം ചെമ്പോല - ആദ്യത്തെ ആറുവരി)

സ്വസ്തി രാജാവ് സ്ഥാണുരവി പല നൂറായിരം വർഷം ശത്രുക്കളെ എതിർത്തു കീഴ്പ്പെടുത്തി ഭരിക്കാനുള്ള വർഷങ്ങളിൽ അഞ്ചാമതു വർഷം ഈയാണ്ടിൽ വേണാടു വാഴുന്ന അയ്യനടികൾ തിരുവടിയും അധികാരരും പ്രകൃതിയും പണിയും അഞ്ചു വണ്ണവും പുന്നത്തലപതിയും കൂടിയിരുന്നു കുരക്കേണിക്കൊല്ലത്ത് യശോദാത പിരായി പണി ചെയ്യിച്ച തരുസാപ്പള്ളിക്കു അയ്യനടികൾ തിരുവടികൾ കൊടുത്ത ദാനയാധാരമാണിത്.

## 2. തൃപ്പൂണിത്തുറ ക്ഷേത്ര രേഖ. ക്രി. വ. 913

സ്വസ്തി ശ്രീ. കോക്കോതൈ ഇരവിക്കുച്ചെല്ലാനിന്റയാണ്ടു മുപ്പതു. അവ്വാണ്ടു ഇരവി ആതിച്ച നമൈച്ചനില് പിച്ചൈപ്പരടൈയാരുപൊതുവാളും കൂടി അവിരോതത്താല് ഇരവി ആതിച്ചനുള്ളിരുന്തു ചെയ്ത കച്ചമാവിതു. തിരുപ്പൂണിത്തുറൈയ്പ്പടാരരുടൈയ തിരുവാരാതനൈയ് ചാന്തിയ്തലൈയായ് ചിക്കോല് കടൈയായ് ഇടൈ എവ്വകൈപ്പട്ടിതും പരടൈ

യാർ തങ്കൾ വിലക്കപ്പെറാർ.
(ആദ്യത്തെ 6 വരി)

സ്വസ്തി ശ്രീ. ഗോദരവിക്ക് നടപ്പുവർഷം മുപ്പത് ആ ആണ്ട് ഇരവി ആതിച്ചൻ ഏർപ്പെടുത്തിയ പ്രകാരം പരടയാരും പൊതുവാളും കൂടി ഇരവിആദിച്ചന്റെ സാന്നിദ്ധ്യത്തിൽ ഏകകണ്ഠമായി ചെയ്ത വ്യവസ്ഥ. തൃപ്പൂണിത്തുറ ദേവന്റെ തിരുവാരാധനയ്ക്കു ശാന്തി തുടങ്ങി. അടിച്ചു വാരൽ വരെയുള്ള ഏതൊരു ക്രിയയും പരടക്കാർ വിലക്കാൻ പാടില്ല.

### 3. താഴെക്കാട്ടു രേഖ ക്രി.വ. 1033

സ്വസ്തി ശ്രീ. ഇരായ ചിങ്കപെരുമാനടികൾക്കു താഴെക്കാടുക്കമൈ ക്കപ്പെട്ട വാണികർക്കു ഊരാർ അവിരോതത്താൽ പീടികൈ കട്ടുവാൻ അമൈത്ത (ട്ട) ചിറുപള്ളി അതിരിൽ മെക്കുപ്പേരാലിൻ ( വട) കുക്ക രൈപ്പള്ളിയിൽ കിഴക്കു കീഴ്ത്തിരുക്കൊയിർ തേവ പൂമിക്കുതെക്കു. ഇതി നകത്തു ഊരാളർ തടുക്കവുന്താമതവും പീടികൈക്കമൈ... ന്തൈതെ യെയ്ക്കൊന്റു തായൈക്കളത്തിരമ് വെച്ചാരാമെ

(ആദ്യത്തെ 8 വരി)

രാജസിംഹപ്പെരുമാനടികൾ (പെരുമാൾ)താഴെക്കാട്ടു ഏർപ്പെടു ത്തിയ വണിക്കുകൾക്ക് ഊരാളർ സർവ്വ സമ്മതമായി പീടിക കെട്ടു വാൻ നല്കിയ സ്ഥലം. ചെറുപള്ളി അതിരിൽ പടിഞ്ഞാറു പേരാലിനു വടക്കും കരപ്പള്ളിക്കു കിഴക്കു കീഴ്ത്തിരുകോയിൽ വക ദേവഭൂമിക്ക് തെക്കും ഉള്ള സ്ഥലം. ഈ ഭൂമിയിലേക്കുള്ള പ്രവേശനം ഊരാളർ തടു ക്കുകയോ, താമസിക്കുകയോ പീടികക്കകത്തു പ്രവേശിക്കുകയോ അരുത്. വ്യവസ്ഥ ലംഘിക്കുന്നവർ അച്ഛനെക്കൊന്ന് അമ്മയെ ഭാര്യ യാക്കി സ്വീകരിക്കുന്ന പാപം ചെയ്തവരാകും.

### 4. കൊല്ലം രാമേശ്വരം ക്ഷേത്രരേഖ ക്രി.വ. 1102

സ്വസ്തി ശ്രീ. കൊല്ലത്തൊന്റിയിരുനൂറ്റെഴുപത്തെട്ടാമാണ്ടെകന്നി യിൽ വിയാഴം പുക്ക ചിങ്ങഞായിറു ഒൻപതു ചെന്റ നാൾ ഇരണ്ടാമാ ണ്ടെക്കെതിർ പതിനൊരാമാണ്ടെയ് ഇരാമർതിരുവടി കൊയിലതികാരി കളായിന ശ്രീ കുലചേകരച്ചക്കിരവർത്തികൾ കുരക്കെണിക്കൊല്ലത്തു പനൈങ്കാവിൽ കൊയിലകത്തിരുന്നരുള ആരിയരൊടു വന്ന വിരൊത ത്തിന് പ്രായച്ഛിത്തത്തിനു പുത്തൻ അറൈയാൽ പതിനാഴിക്കൊള്ളും പറൈയാൽ നിയതം ഓരോ പറൈച്ചെയ്തു നെല്ല് ഇരാമെച്ചുവരത്തു.....

(ആദ്യത്തെ 28 വരി)

സ്വസ്തി ശ്രീ. കൊല്ലവർഷം ഇരുനൂറ്റി എഴുപത്തിയെട്ട് കന്നി വ്യാഴം ചിങ്ങമാസം ഒൻപതാം തീയതി പതിമൂന്നാം ഭരണവർഷം രാമർതിരു വടികോയിലധികാരികളായ ശ്രീ കുലശേഖര ചക്രവർത്തികൾ കുര ക്കേണിക്കൊല്ലത്ത് പനങ്കാവിൽ കൊട്ടാരത്തിൽ ഇരുന്ന് അരുളവേ ആര്യ രോടു വന്ന വിരോധത്തിനു പ്രായശ്ചിത്തമായി പുത്തൻ അറയാൽ പതി

നാഴിപ്പറയ്ക്ക് നിത്യവും ഓരോ പറവീതം നെല്ല് രാമേശ്വരത്ത് (ക്ഷേത്രത്തിൽ......)

**5. മണലിക്കരശാസനം (ക്രി.വ. 1236)**

സ്വസ്തി ശ്രീ. വൃശ്ചികത്തിൽ വിയാഴനിന്റയാണ്ടുകൊല്ലം നാനൂറ്റു ഒരുപതാമണ്ടെക്കെതിരാമാണ്ടു മെടഞായിറു 27 ചെന്റനാൾ വെണാട്ടുവാണ്ണരുളിന്റെ ശ്രീവീര ഇരവികേരളവർമ്മ തിരുവടിക്കമൈന്ത അതികാരികളും കൊതൈനല്ലൂർ സഭൈയാരും ഊരാരും ഈ ഊർക്കടമൈതണ്ടിന്റ മരുതകച്ചെരിക്കണ്ടന്തിരുവിക്കിരമനും കൂടിപ്പറഞ്ഞു. സഭെയടവിൽ ഇറൈവെരിനിലം നൂറ്റിപ്പത്തു കലത്തിൽമെലും അരക്കൽ കലച്ചെ ഈവു നെൽ 10 കലച്ച. (ആദ്യത്തെ 17 വരി)

സ്വസ്തി ശ്രീ. വൃശ്ചിക വ്യാഴവർഷം കൊല്ലം നാനൂറ്റി പതിനൊന്നാമാണ്ട് മേടമാസം ഇരുപത്തി ഏഴാംതീയതി വേണാട്ടു രാജാവ് ശ്രീവീരകേരള ഇരവിവർമ്മ തിരുവടിയുടെ അധികാരികളും കോതനല്ലൂർ സഭയും ഊരാരും ഈ ഊരിന്റെ കരം പിരിവ് ചുമതല വഹിക്കുന്ന മരുതകച്ചേരി കണ്ടൻ ത്രിവിക്രമനും കൂടി പറഞ്ഞത്. സഭയടവിൽ ഇറവരി നിലം നൂറ്റിപ്പത്തുകലത്തിനുമേലും അരക്കൽ ഒരു കടമയ്ക്ക് കലം വീതം ദാനനെൽപത്തുകലം വീതം.

(ആദ്യത്തെ 17 വരി)

**6. തിരുവിടൈക്കോട്ടുക്ഷേത്രരേഖ ക്രി.വ. 1372**

സ്വസ്തി ശ്രീ കൊല്ലം അഞ്ഞൂറ്റു നാൽപത്തു എട്ടാമാണ്ടു കന്നി ഞായറുപത്തു ചെന്റതു. വേണാടു വാഴ്ന്തരുളിന്റ കീഴപ്പെരൂർ ഇരവി ഇരവിവർമ്മ ന്തിരുവടി സർവ്വ ഗ്രസ്തകവത്തുദാനം കൊടുത്ത നിലത്തിന്നു എഴുതിന തിരുമുകപ്പടി, കീഴ്കുളക്കുറ്റത്തു ബ്രഹ്മദെശത്തു ശ്രീവല്ലഭ ചതുർവെതിമങ്ങലത്തു കൂടവയജ്ഞ നാരായണപ്പട്ട സർവ്വ ഗ്രസ്തകവത്തു നാഞ്ചിനാട്ടിൽ മണത്തിട്ട തെക്കാൽ കീഴെൽക തിരുപ്പാപ്പൂർമ്മൂത്ത തിരുവടിക്കു പകുതിപട്ടതടി രണ്ടു നിലമിറകാണിമുന്ത്രിയെക്കു മെൽക്കുതെന്നൽക തടി ഒന്ന് നിലം.

(ആദ്യത്തെ 10 വരി)

സ്വസ്തി ശ്രീ കൊല്ലം അഞ്ഞൂറ്റി നാൽപത്തിയെട്ടാമാണ്ട് കന്നി മാസം പത്താം തീയതി വേണാട് വാണരുളുന്ന കീഴ്പേരൂർ ഇരവി ഇരവിവർമ്മൻ തിരുവടി സർവ്വസ്തക വസ്തു ദാനംകൊടുത്ത നിലത്തിന് എഴുതിയ രാജശാസനം. (തിരുമുകപ്പടി) കീഴ്ക്കുളകൂറ്റത്ത് ബ്രഹ്മദേശത്ത് ശ്രീവല്ലഭ ചതുർവേദിമംഗലത്ത് കുടവൻ യജ്ഞനാരായണനുള്ള സവ്വ ഗ്രസ്തക വസ്തു നാഞ്ചിനാട്ടിൽ മണത്തിട്ട തെക്കാൽ കീഴെ എൽക തൃപ്പാപ്പൂർ മൂത്തതിരുവടിക്ക് പകുതിപെട്ട തടി രണ്ടു നിലം മാകാണി മുന്തിയെക്കു പടിഞ്ഞാറ് തെക്കേ അരികിൽ തടി ഒന്നു നിലം.

**7. ശുചീന്ദ്രം ക്ഷേത്രരേഖ ക്രി.വ. 1471**

സ്വസ്തി ശ്രീ കലിയുഗസംവത്സരം 4572-ൽ മെർചെന്റ് ഇടപച്ചനിക്കന്നിവിയാഴത്തിൽ ചെല്ലാനിന്റെ കൊല്ലം അറുനൂറ്റു നാൽപത്തു ആറാമാണ്ടു ചിത്തിരൈമാതം പന്നിരണ്ടാന്തിയതി ഉടൈയാർ താണുമാലൈപ്പെരുമാൾ കൊയിലിർ ചെൺപക ഇരാമൻ മണ്ടപത്തിൽ കിഴപ്പെരൂർ ജയസിംഹനാട്ടു ഇല്ലത്തിൽ ശ്രീവീരരാമ ശ്രീരാമവർമ്മരാന തിരുപ്പാപ്പൂർ മൂത്തതിരുവടി ഇരുന്തരുളിയ ഇടം അരുളച്ചെയൻ ഉടൈയാർ ചുചീന്തിരമുടൈയ നയിനാർ കൊയിലിൽ പൊതുവാൾ തെൻകൊട്ടുചിവിന്തിരവാതി കെയവനുക്കു ഇന്നയിനാർക്കുപ്പന്തീരടിയകത്തുക്കു മുൻപെ കാലചാന്തിയാക നടക്കക്കർപ്പിത്ത ചെൺപകരാമൻ പുചൈക്കു ഉടൈയാർ ചുചീന്തിരമുടൈയ നയിനാർക്കും നാച്ചിയാർ ഉമൈയമ്മൈ നാച്ചിയാർക്കും നയിനാർ തെൻ തിരുവെങ്കട വിണ്ണവർ എമ്പെരുമാനുക്കും നമക്കാരം പെർ ഇരണ്ടുക്കും ആക ഇവ്വകൈക്കു നാളൊന്റുക്കു അമുതുപടി ഇരുപത്തു നാനാഴിയും ...

(ആദ്യത്തെ 13 വരി)

സ്വസ്തി ശ്രീ കലിയുഗസംവത്സരം 4572-നു മേൽ ചെന്ന ഇടവശനി കന്നിവ്യാഴത്തിനു തുല്യമായ കൊല്ലം 646-ാമാണ്ടു ചിത്തിരമാസം 12-ാം തീയതി ഉടയാർ സ്ഥാണുമാലയപ്പെരുമാൾ കോവിലിൽ ചെമ്പകരാമൻ മണ്ഡപത്തിൽ കീഴ്പ്പേരൂർ ജയസിംഹനാട്ടു ഇല്ലത്തിൽ ശ്രീ വീരരാമ ശ്രീരാമവർമ്മരായ തൃപ്പാപ്പൂർ മൂത്തതിരുവടി ഇരുന്നളിയേടം അരുളിച്ചെയ്താവിതു. ഉടയാർ ശുചീന്ദ്രം നയിനാർ കോവിലിൽ പൊതുവാൾ തെങ്കോട്ടു ശുചീന്ദ്രവാസി കേശവന്, ഈ നയിനാർക്കു പന്തീരടിക്കു മുമ്പേ കാലശാന്തി നടത്താൽ കല്പന കൊടുത്തു ചെമ്പകരാമൻ പൂജയ്ക്കു ഉടയാർ ശുചീന്ദ്രത്തുനയനാർക്കും നാച്ചിയാർ ഉമയമ്മ നായിനാർക്കും നയിനാർ തെക്കു തിരുവേങ്കട വിണ്ണവർ പെരുമാളുക്കും നമസ്കാരം രണ്ടിനും ആക ഈ വകയ്ക്കു നാളൊന്നുക്കു അമൃതേത്തിനു പടിയായി ഇരുപതു നാഴിയും.

**8. കൊല്ലം 740 -ാമാണ്ട് മീനം 30-ന് എഴുതിയ മതിലകം രേഖ. ക്രി.വ. 1565.**

തിരുപ്പപ്പൂർ കീഴ്പ്പേരൂർ ചിറിവീര ആതിച്ചവർമ്മരായ ചിറവായി മൂത്തതിരുവടി ഇരുന്നരുളിയെടത്തിൽ പണ്ടാരത്തിലും ചേതുങ്ങനാട്ടു ഉണ്ണിക്കേരള തിരുവടി ഇരുന്നരുളിയെടത്തിൽ പണ്ടാരത്തിൽ കൂട എഴുന്നരുളി വെലിക്കൽ പുരെയിൽ നിന്റു ചന്തിപ്പുകണ്ട വകൈ പെരുമാൾ വിയാഴം ഇടവ വിയാഴത്തിൽ നെയിതച്ചേരിയും കൂവക്കരെയും വാരിയത്തിൽ കൊല്ലം 740-ാമാണ്ടു മീനഞായിറു 30 ചെന്റ ചൊവ്വാ അവിട്ടം ഇന്നാളാൽ തിരുപ്പാപ്പൂർ കീഴ്പ്പേരൂർ ചിരി വീര ആതിച്ച വർമ്മരായ ചിറവായി മൂത്ത തിരുവടി ഇരുന്നരുളിയെടത്തിൽ പണ്ടാരത്തിൽ തിരുവി

താംകോട്ടു നിന്റ എഴുന്നരുളി തിരുമതിലകത്തു കിഴക്കു പുറത്തു വലിയ വെലിക്കെൽ പുരയിൽ എഴുന്നരുളി നിന്റെരുളുകയും ചേതെങ്ങനാട്ടു കീഴ്പ്പേരൂർ ചിരിവീര ഉണ്ണിക്കേരളവർമ്മരായ തിരുവടി ഇരുന്നരുളിയെടത്തിൽ പണ്ടാരത്തിൽ എഴുന്നരുളി ...

## 9. പുതുവയ്ക്ക് 332-ാമതു ചിങ്ങഞായറു 22. സെപടംബർ 2-നു 1674-ാമാണ്ട് എഴുതിയ രേഖ

'പെരുമ്പടപ്പിൽ വലിയ തമ്പുരാനും കുമുദോരും, തെക്കും വടക്കും ഉള്ള സ്വരൂപികളിൽ എളക്കേണ്ടാത്തവരും കൂടി നിരൂപിച്ച് സ്വരൂപത്തിന്റെ ഗുണത്തിനുമേൽപ്പട്ടു നടപ്പാൻ പഴയനൂർ ഭഗവതിയുടെ നടയിന്ന് എഴുതിവെച്ച പ്രകാരം വലിയ തമ്പുരാന്റെ തിരുമുമ്പിൽ പാലിയത്തച്ഛനും തലച്ചെണ്ണോരും മനക്കോട്ടച്ചനും കുമ്പഞ്ഞികല്പിച്ച ആ കപ്പിത്താനും കൂടി നിരൂപിച്ച് ഉണർത്തിച്ച് കൊച്ചിയിൽ പ്രവൃത്തി ആദിയായുള്ള കാര്യക്കാരന്മാരേയും കല്പിച്ചു തിരുവുള്ളത്തിൽ ഏറ്റി കല്പിക്കുന്ന മേനോന്മാരെക്കൊണ്ടു കണക്കു എഴുതിക്കുമാറും. വലിയതമ്പുരാന്റെ മടപ്പിള്ളിച്ചിലവിന്നു തിങ്ങളിൽ പണം 3000. എളയ തമ്പുരാന്റെ മടപ്പിള്ളിച്ചിലവിന്നു തിങ്ങളിൽ പണം 1500. രാമവർമ്മ തമ്പുരാന്റെ മടപ്പിള്ളിച്ചിലവിന്നു തിങ്ങളിൽ പണം 750. കോതവർമ്മത്തമ്പുരാന്റെ മടപ്പിള്ളിച്ചിലവിന്നു തിങ്ങളിൽ പണം 450. നാലു സ്ഥാനത്തും മടപ്പിള്ളിച്ചിലവിന് ഇക്കല്പിച്ചവണ്ണം നടത്തുമാറെന്നും അതല്ലാതെ പലിശ, പാട്ടക്കരണവും കല്പന, പേരാച്ചേരും, വഴിപിഴ, പുരുഷാന്തരവും, ചുങ്കവും, ചേരിക്കലങ്ങളും അനന്തിരവരു തമ്പുരാക്കന്മാര് അനന്വേഷിക്കായികെന്നും, സ്വരൂപത്തിങ്കൽ ദത്ത് കൊള്ളേണ്ടിവരുമ്പോൾ കുമ്പഞ്ഞിയെ ബോധിയാതെ ദത്ത് കൊള്ളുക ഇല്ലെന്നും കല്പിച്ചു.

## 10. കൊച്ചിരാജാവിന്റെ നീട്ട് ക്രി.വ. 1704

കൊല്ലവർഷം 679-ാമാണ്ട് മീനമാസത്തിൽ സാമൂതിരി നമ്മെ ആക്രമിച്ചപ്പോൾ നമ്മെ രക്ഷിക്കുന്നതിനും നമ്മുടെ സൈന്യത്തെ വിജയിപ്പിക്കുന്നതിനും പച്ചിക്കോ ചെയ്ത സേവനങ്ങളെ നാം സ്മരിക്കുന്നു. അതിന്റെ ഓർമ്മയ്ക്കായി അയാളും അയാളുടെ സന്തതിപരമ്പരകളുമുള്ള കാലത്തോളം അവരുടെ പരിചയിൽ അയാൾ തോല്പിച്ച അഞ്ച് രാജാക്കന്മാരെ കാണിക്കുന്നതിന് അഞ്ചു കിരീടങ്ങളും സമൂതിരിയുമായി നടത്തിയ ഏഴുയുദ്ധങ്ങളെ കാണിക്കുന്നതിന് ഏഴ് ആയുധങ്ങളും കൊത്തി അടയാളപ്പെടുത്തി ഉപയോഗിച്ചുകൊള്ളുവാൻ കൊച്ചിരാജാവും അടവിൽ, ചെറുവെയ്പിൽ, നെടുമങ്ങാട് എന്നീ സ്വരൂപങ്ങളുടെ അധീശനുമായ കേരളൻ ഉണ്ണിരാമകോയിൽ തിരുമുല്പ്പാടായ നോം അനുവദിച്ചിരിക്കുന്നു. ഇപ്രകാരം ചിരികണ്ടന്റെ കയ്പട.

## 11. തലശ്ശേരി രേഖകൾ - 1796 ജൂൺ 13

രാജശ്രീ കടത്തനാട്ട പൊർളാതിരി കൊതവർമ്മരാജ അവർകൾക്കു വടക്കെ അധികാരി തലച്ചെരി തൂക്കടി സൂപ്രഡെണ്ടൻ കൃസ്തപ്പർ പീലി സായ്പു അവർകൾ സലാം. എന്നാൽ വടൽ സായ്പു നമ്മുടെ മുമ്പിൽത്തെ എളമെ തങ്ങളുടെ നികിതി പണത്തിന്ന സഹായിക്കെണ്ട തിന്ന നാം തങ്ങളെക്കണ്ട പ്രസാദമായിരുന്ന സമയത്ത ഒപ്പിച്ച ആക്കി മാർഗ്ഗപ്രകാരം നടപ്പാൻ ഇപ്പോൾ അക്കാരിയത്തിനായിട്ട വടകരക്ക വരുന്നതു ഉണ്ടു. ഈ എജമാനനെ കൊണ്ട മുമ്പിനാൽ തങ്ങൾക്കു എഴുതി അയക്കയും ചെയ്തുവല്ലൊ. ശെഷം തങ്ങളുടെ പലിശ കണക്ക കഴിഞ്ഞ മെമാസം 22 നുവരെക്കും അയച്ചിരിക്കുന്നു. ആ ദിവസം തന്നെ ചൊവ്വക്കാരൻ മൂസ്സ മൂന്നാൽ രണ്ടു കിസ്തിന്റെ ഉറുപ്യ രണ്ടുമാസത്തിൽ ബൊധിപ്പിപ്പാൻ തക്കത എന്ന തരികയും ചെയ്തു. വിശെഷിച്ചെ തങ്ങളുടെ കാര്യങ്ങൾ ഒക്കയും തങ്ങൾ ആഗ്രഹിക്കുന്ന പ്രകാരം വന്നാൽ നമുക്ക വളരെ പ്രസാദം ഉണ്ടായി വരികയും ചെയ്യും. എന്നാൽ കൊല്ലം 971 ആമത മിഥുനമാസം 3നു ഇങ്കിരസ്സ കൊല്ലം 1796 ആമത ജൂൺമാസം 13 നു എഴുതിയ കത്ത.

## 12. കൊല്ലം 1030-ാമാണ്ട് മിഥുനം 12-ാം തീയതിയിലെ വിളംബരം ക്രി.വ. 1855

ശ്രീപത്മനാഭദാസ വഞ്ചീപാലമാർത്താണ്ഡവർമ്മ കുലശേഖര കിരീടപതിമന്നെ സുൽത്താൽ മഹാരാജഭാഗ്യോദയ രാമരാജ ബഹുദൂർ ഷംഷർജംഗമഹാരാജ അവർകൾ സകലമാനപേർക്കും പ്രസിദ്ധപ്പെടുത്തുന്നവിളംബരം.

എന്തെന്നാൽ നമ്മുടെ രാജ്യത്തുള്ള അടിമകളുടെ സ്ഥിതിയെ നന്നാക്കണമെന്ന നമുക്കു മനസ്സായിരിക്കുന്നതു ബഹുമാനപ്പെട്ട കുമ്പ നിയാരുടെ വിസ്താരമേറിയ രാജ്യങ്ങളിൽ ഉള്ള അടിമകൾ അനുഭവിച്ചു വരുന്ന ഗുണങ്ങൾ ഇവിടെ ഉള്ള അടിമകൾക്കും ഒണ്ടാകേണ്ടതു ആകകൊണ്ടും ആയ്തു 1029 -ാമാണ്ടു കന്നിമാസം 30-ാം തീയതി 32-ാം നമ്പരായി പ്രസിദ്ധപ്പെടുത്തിയിരിക്കുന്ന നമ്മുടെ വിളംബരംകൊണ്ടു പൂർണ്ണമായി സാധിച്ചിട്ടില്ലാഴികയാലും ആ വിളംബരത്തിനെ അസ്ഥിരമാക്കുന്നതു യുക്തമെന്നു നിശ്ചയിച്ചു ഇപ്പോൾ പ്രസിദ്ധപ്പെടുത്തുന്നതെന്തെന്നാൽ.

ഒന്നാമത പണ്ടാരവക അടിമകൾ എല്ലാവരെയും അവരിടെ കുട്ടികളെയും വിളംബരം പ്രസിദ്ധമാക്കുന്ന തീയതി മുതൽ അടിമയിൽനിന്നും ഒഴിഞ്ഞിരിക്കുന്നതു കൂടാതെ ആ വക ആളുകൾ സർക്കാരിൽനിന്നും വാങ്ങിച്ചു വരുന്ന കരവും ഇതിനാൽ നിറുത്തൽ ചെയ്യപ്പെട്ടിരിക്കുന്നു.

രണ്ടാമത് കൊർട്ടുകളിലെ തീർപ്പു എങ്കിലും ഉത്തരവെങ്കിലും നടത്തുന്നതിലാകട്ടെ പണ്ടാരവക പാട്ടമെങ്കിലും കരമെങ്കിലും പിരിപ്പതിനാകട്ടെ യാതൊരടിമകളെയോ ബലബന്ധനമായ വേലചെയ്യേണ്ടതി

നുള്ള അവകാശത്തിനെയോ സർക്കാരു ഉദ്യോഗസ്ഥൻമാരു വിക്കയും വില്പിക്കയും അരുതു....

അഞ്ചാമത് സ്വാധീനന്മാരായിട്ടുള്ള ആളുകളിടെനെരെ പ്രവർത്തിച്ചാൽ ശിക്ഷ ഒള്ള കുറ്റങ്ങൾ അടിമകളുടെ നേരെ പ്രവർത്തിച്ചാലും ഒരു പോലെ ശിക്ഷ ഒള്ളതായിരിക്കയും ചെയ്യും.

എന്നു 1030 -മാണ്ടു മിഥുനമാസം 12-ാം തീയതി.

**13. 1969-ലെ കേരള ഔദ്യോഗിക ഭാഷകൾ(1973-ൽ ഭേദഗതി ചെയ്തതുംകൂടി ചേർത്ത്) ആക്ട്:-** കേരള സംസ്ഥാനത്തിന്റെ ഔദ്യോഗികാവശ്യങ്ങൾക്ക് ഉപയോഗിക്കുവാൻ മലയാളവും ഇംഗ്ലീഷും ഭാഷകൾ സ്വീകരിക്കുന്നതിന് വ്യവസ്ഥ ചെയ്യുന്നതിനുവേണ്ടിയുള്ള ആക്ട്.

**പീഠിക:-** കേരള സംസ്ഥാനത്തിന്റെ ഔദ്യോഗികാവശ്യങ്ങൾക്ക് ഉപയോഗിക്കുവാൻ മലയാളവും ഇംഗ്ലീഷും ഭാഷകൾ സ്വീകരിക്കുന്നതിന് വ്യവസ്ഥ ചെയ്യുവാനും കേരള സംസ്ഥാന നിയമസഭയിൽ അവതരിപ്പിക്കപ്പെടുന്ന ബില്ലുകളിലോ നിയമസഭ പാസാക്കുന്ന ആക്റ്റുകളിലോ ഗവർണർ വിളംബരപ്പെടുത്തുന്ന ഓർഡിനൻസുകളിലോ ഉപനിയമ നിർമ്മാണത്തിലോ മലയാളം ഒരു ഭാഷയായി സ്വീകരിക്കുന്നതിന് വ്യവസ്ഥ ചെയ്യുന്നതും യുക്തമായിരിക്കയാൽ.

*1. ചുരുക്കപ്പേരും ആരംഭവും:-* (1) ഈ ആക്ടിന് 1969 ലെ കേരള ഔദ്യോഗിക ഭാഷാ (നിയമനിർമ്മാണ) ആക്ട് എന്ന് പേർ പറയാം.

(2) അത് ഉടൻ തന്നെ പ്രാബല്യത്തിൽ വരുന്നതാണ്.

1 (എ) മലയാളവും ഇംഗ്ലീഷും സംസ്ഥാനത്തെ ഔദ്യോഗിക ഭാഷകളാകണമെന്ന്:- ഭരണഘടന 346-ാം, 347-ാം, വകുപ്പുകളിലെ വ്യവസ്ഥകൾക്ക് ദൂഷ്യം തട്ടാത്ത വിധത്തിൽ സംസ്ഥാനത്തെ ഏതെങ്കിലും ഔദ്യോഗികാവശ്യത്തിനോ അഥവാ എല്ലാ ഔദ്യോഗികാവശ്യങ്ങൾക്കോ ഉപയോഗിക്കേണ്ട ഭാഷകൾ മലയാളവും ഇംഗ്ലീഷും ആയിരിക്കേണ്ടതാണ്.

1 (ബി) ഏതെങ്കിലും ഔദ്യോഗികാവശ്യങ്ങൾക്ക് മലയാളമോ അഥവാ ഇംഗ്ലീഷോ ഉപയോഗിക്കണമെന്ന് പരസ്യപ്പെടുത്താനുള്ള ഗവൺമെന്റിന്റെ അധികാരം:- ഗവൺമെന്റിന് കാലാകാലങ്ങളിൽ പുറപ്പെടുവിക്കുന്ന പരസ്യംമൂലം പരസ്യത്തിൽ പ്രത്യേകം പറഞ്ഞിരിക്കാവുന്ന ഔദ്യോഗികാവശ്യങ്ങളെ സംബന്ധിച്ച് മലയാളമോ അഥവാ ഇംഗ്ലീഷോ ഉപയോഗിക്കേണ്ടതാണെന്ന് നിർദ്ദേശിക്കാവുന്നതാണ്.

1 (സി) 1 ബി എന്ന വകുപ്പുപ്രകാരം പുറപ്പെടുവിക്കുന്ന പരസ്യം നിയമസഭയുടെ മുമ്പാകെ വയ്ക്കണമെന്ന്:- 1 ബി.എന്ന വകുപ്പുപ്രകാരം പുറപ്പെടുവിക്കുന്ന ഏതൊരു പരസ്യവും അതു പുറപ്പെടുവിച്ചതിനു ശേഷം കഴിയുന്നത്ര വേഗം നിയമസഭായോഗം ചേർന്നിരിക്കുമ്പോൾ അതിന്റെ മുൻപാകെ - ആകെ പതിനഞ്ച് ദിവസത്തേക്ക് അങ്ങനെയുള്ള കാലം ഒരേ സമ്മേളനത്തിലോ തുടർച്ചയായുള്ള രണ്ട് സമ്മേളനങ്ങളിലോ പെടാം - വയ്ക്കേണ്ടതും അപ്രകാരം അതു വയ്ക്കുന്ന സമ്മേള

നമോ, അതിനു തൊട്ടടുത്തു വരുന്ന സമ്മേളനമോ, അവസാനിക്കുന്നതിനുമുമ്പ് നിയമസഭ പരസ്യത്തിൽ വല്ല ഭേദഗതിയും വരുത്തുകയോ അല്ലെങ്കിൽ പരസ്യം പുറപ്പെടുവിക്കേണ്ടതില്ലെന്ന് തീരുമാനിക്കുകയോ ചെയ്താൽ, പരസ്യത്തിന്, അതിനുശേഷം, അതതു സംഗതിപോലെ, അങ്ങനെ ഭേദപ്പെടുത്തിയ രൂപത്തിൽമാത്രം, പ്രാബല്യമുണ്ടായിരിക്കുന്നതും അഥവാ യാതൊരു പ്രാബല്യവും ഇല്ലാതിരിക്കുന്നതുമാകുന്നു. എന്നിരുന്നാലും അങ്ങനെ ഏതെങ്കിലും വിധത്തിൽ ഭേദഗതി വരുത്തുകയോ ചെയ്യുകയോ ദുർബ്ബലപ്പെടുത്തുകയോ ചെയ്യുന്നത് - ആ പരസ്യപ്രാരം നേരത്തെ ചെയ്ത യാതൊന്നിന്റെയും സാദ്ധ്യതയ്ക്ക് ദൂഷ്യം വരുത്താത്തവിധത്തിലായിരിക്കേണ്ടതുമാണ്.

2. ബില്ലുകളിലും മറ്റും ഉപയോഗിക്കേണ്ട ഭാഷ:- (1) കേരളസംസ്ഥാന നിയമസഭയിൽ അവതരിപ്പിക്കപ്പെടുന്ന ബില്ലുകളിലോ അവയ്ക്കുള്ള ഭേദഗതിയിലോ, അതിലും,

2) കേരള സംസ്ഥാന നിയമസഭ പാസാക്കുന്ന ആക്ടുകളിലും,

(3) ഭരണഘടനയുടെ 213-ാം വകുപ്പുപ്രകാരം ഗവർണർ വിളംബരപ്പെടുത്തുന്ന ഓർഡിനൻസുകളിലും.

(4) ഭരണഘടനപ്രകാരമോ, പാർലമെന്റോ അഥവാ കേരളസംസ്ഥാന നിയമസഭയോ ഉണ്ടാക്കിയ ഏതെങ്കിലും നിയമപ്രകാരമോ ഗവൺമെന്റ് പുറപ്പെടുവിക്കുന്ന ഉത്തരവുകളിലും ചട്ടങ്ങളിലും റഗുലേഷനുകളിലും ഉപനിയമങ്ങളിലും ഉപയോഗിക്കേണ്ട ഭാഷ മലയാളമോ അല്ലെങ്കിൽ ഇംഗ്ലീഷോ ആയിരിക്കേണ്ടതാണ്.

3. ഭാഷാന്യൂനപക്ഷക്കാരെ സംബന്ധിച്ച പ്രത്യേക വ്യവസ്ഥകൾ:- ഈ ആക്ടിൽ എന്തുതന്നെ അടങ്ങിയിരുന്നാലും, സംസ്ഥാനത്തെ ഭാഷാന്യൂനപക്ഷക്കാർക്ക് താഴെപ്പറയുന്ന പ്രത്യേക വ്യവസ്ഥകൾ ബാധകമായിരിക്കുന്നതാണ്. അതായത്:-

(എ) സംസ്ഥാനത്തെ തമിഴരും കർണ്ണാടകക്കാരുമായ ഭാഷാ ന്യൂനപക്ഷക്കാർ, സെക്രട്ടറിയേറ്റിൽ സംസ്ഥാന ഗവൺമെന്റുമായും വകുപ്പദ്ധ്യക്ഷൻമാരുമായും, ഇക്കാര്യത്തിൽ ഭാഷാന്യൂനപക്ഷ പ്രദേശങ്ങളെന്ന്, ഗവൺമെന്റ് പ്രഖ്യാപിച്ചിട്ടുള്ള പ്രദേശങ്ങളിൽ സ്ഥിതിചെയ്യുന്ന സംസ്ഥാന ഗവൺമെന്റിന്റെ എല്ലാ പ്രാദേശിക ആഫീസുകളുമായുള്ള അവരുടെ കത്തിടപാടുകളിൽ അവരുടെ ഭാഷകൾ ഉപയോഗിക്കാവുന്നതും അങ്ങനെയുള്ള സംഗതികളിൽ അയയ്ക്കുന്ന മറുപടികൾ അവരവരുടെ ന്യൂനപക്ഷ ഭാഷകളിൽ തന്നെയായിരിക്കേണ്ടതുണ്ട്.

(ബി) തമിഴരും കർണ്ണാടകക്കാരുമല്ലാതെയുള്ള സംസ്ഥാനത്തെ ഭാഷാന്യൂനപക്ഷക്കാർ സംസ്ഥാന ഗവൺമെന്റ് ഓഫീസുകളുമായി കത്തിടപാടുകൾ നടത്തുമ്പോൾ ഇംഗ്ലീഷ് ഭാഷ ഉപയോഗിക്കാവുന്നതും അങ്ങനെയുള്ള സംഗതികളിൽ അവർക്ക് അയയ്ക്കുന്ന മറുപടികൾ ഇംഗ്ലീഷുഭാഷയിലായിരിക്കേണ്ടതുമാണ്.

14.

## കേരള സർക്കാർ

### സംഗ്രഹം

മലയാളം ഔദ്യോഗിക ഭാഷ-ബോധനം സ്കൂൾ തലത്തിൽ ഔദ്യോഗിക ഭാഷാ ഉന്നതതല സമിതിയുടെ തീരുമാനം നടപ്പാക്കു ന്നതു സംബന്ധിച്ച് ഉത്തരവ് പുറപ്പെടുവിക്കുന്നു.

ഉദ്യോഗസ്ഥ ഭരണ പരിഷ്കാര (ഔദ്യോഗിക ഭാഷ) വകുപ്പ്

നമ്പർ. ഉ. (അച്ചടിച്ചത്) നമ്പർ. 20/2002/ഉഭപവ
തിരുവനന്തപുരം, 2002 മെയ് 2

പരാമർശം:  - 18.3.2002-ലെ സ.ഉ. (അച്ചടി) 31/02/ഉഭപവ.

### ഉത്തരവ്

ഭരണത്തിന്റെ എല്ലാതലങ്ങളിലും മലയാളം ഔദ്യോഗിക ഭാഷ ആയിരിക്കണമെന്നതാണ് സർക്കാരിന്റെ പ്രഖ്യാപിത നയം. ഈ നയം നടപ്പിലാക്കുന്നതിന്റെ ഭാഗമായി ഇതിനകം 67 വകുപ്പുകളിൽ മലയാളം ഔദ്യോഗിക ഭാഷയാക്കിക്കൊണ്ട് വിജ്ഞാപനം പുറപ്പെടുവിച്ചിട്ടുണ്ട്. ഭാഷാമാറ്റം, ത്വരിതപ്പെടുത്തുന്നതിനുവേണ്ടി വിവിധ പദ്ധതികൾ ആവി ഷ്കരിച്ചു വരുന്നു. മുഖ്യമന്ത്രിയുടെ അദ്ധ്യക്ഷതയിൽ 26-11-2001 ൽ കൂടിയ ഔദ്യോഗികഭാഷാ ഉന്നതതല സമിതിയോഗം സംസ്ഥാനത്തെ ഭാഷാമാറ്റ പുരോഗതി വിശദമായി പരിശോധിച്ച് വിലയിരുത്തുകയും സംസ്ഥാനത്തെ ഭരണഭാഷ പൂർണ്ണമായും മലയാളമായി മാറ്റേണ്ടതിന്റെ ആവശ്യകതയെപ്പറ്റി സ്കൂൾ വിദ്യാർത്ഥികൾക്ക് ആവശ്യമായ അറിവ് പകരുന്നതിനുവേണ്ടി മലയാള ദിനത്തിലും ഭരണഭാഷാ വാരാഘോഷ ത്തോടനുബന്ധിച്ചും എല്ലാ സ്കൂളുകളിലും ബോധവല്ക്കരണ പരിപാ ടികൾ സംഘടിപ്പിക്കുന്നതിന് വിദ്യാഭ്യാസ വകുപ്പിനു നിർദ്ദേശം നല് കാൻ തീരുമാനിക്കുകയും ചെയ്തു.

സർക്കാർ ഈ നിർദ്ദേശം അംഗീകരിക്കുകയും പരാമർശത്തിലെ ഉത്തരവ് പ്രകാരം മലയാളദിനവും ഭരണഭാഷാ വാരവും ആഘോഷി ക്കുമ്പോൾ സ്കൂൾതലത്തിൽ താഴെപ്പറയുന്ന പരിപാടികൾ സംഘടി

പ്പിക്കേണ്ടതാണെന്ന് നിർദ്ദേശം നല്കിക്കൊണ്ട് ഉത്തരവ് പുറപ്പെടുവി
ക്കുന്നു.

(1) പ്രതിജ്ഞ:- മലയാളദിനമായ നവംബർ ഒന്നിന് സ്കൂൾ അസം
ബ്ലിയിൽ പ്രഥമ അദ്ധ്യാപകൻ ചൊല്ലിക്കൊടുക്കുന്ന താഴെപറയുംപ്രകാ
രമുള്ള 'ഭാഷാ പ്രതിജ്ഞ' കുട്ടികളും അദ്ധ്യാപകരും ഏറ്റുചൊല്ലേണ്ട
താണ്.

* മലയാളം എന്റെ ഭാഷയാണ്.
* മലയാളത്തിന്റെ സമ്പത്തിൽ ഞാൻ അഭിമാനിക്കുന്നു.
* മലയാളഭാഷയെയും കേരള സംസ്കാരത്തെയും ഞാൻ ആദ
  രിക്കുന്നു.
* മലയാളത്തിന്റെ വളർച്ചയ്ക്കുവേണ്ടി എന്റെ കഴിവുകൾ
  ഞാൻ വിനിയോഗിക്കും.

(2) പ്രഭാഷണം:- മലയാളഭാഷാഭിമാനം വളർത്തുവാനും ഭരണ
ത്തിൽ മലയാളഭാഷയുടെ ഉപയോഗം സാർവ്വത്രികമാക്കേണ്ടതിന്റെ ആവ
ശ്യകത ബോധിപ്പിക്കുവാനും ഉതകുന്ന ഒരു പ്രഭാഷണം ഭരണഭാഷ
വാരാഘോഷ കാലത്ത് അതായത് നവംബർ ഒന്നു മുതൽ ഏഴുവരെ
യുള്ള തീയതികളിൽ ഒരു ദിവസം എല്ലാ സ്കൂളുകളിലും സംഘടിപ്പി
ക്കേണ്ടതാണ്.

(3) ബാനറുകൾ:- ഭരണഭാഷാ വാരാഘോഷ കാലത്ത് സ്കൂളിന്റെ
കവാടത്തിൽ താഴെ കൊടുക്കുന്ന രീതിയിൽ രണ്ടു ബാനറുകൾ എഴുതി
പ്രദർശിപ്പിക്കേണ്ടതാണ്:

1. മലയാള ദിനാഘോഷവും 2. മലയാളം നമ്മുടെ മാതൃഭാഷ
ഭരണഭാഷാ വാരാഘോഷവും മലയാളം നമ്മുടെ ഭരണഭാഷ
സ്കൂൾ തലത്തിലുള്ള ബോധവല്ക്കരണ പരിപാടികളുടെ നട
ത്തിപ്പ് പൊതുവിദ്യാഭ്യാസ ഡയറക്ടർ ഉറപ്പു വരുത്തേണ്ടതാണ്.

ഗവർണറുടെ ഉത്തരവിൻപ്രകാരം


എൽ നടരാജൻ
സ്പെഷ്യൽ ഓഫീസർ (ഔദ്യോഗിക ഭാഷ)
എക്സ് ഒഫിഷ്യോ സെക്രട്ടറി
ഉദ്യോഗസ്ഥ ഭരണപരിഷ്കാര വകുപ്പ്

ഭരണഭാഷയെന്ന നിലയ്ക്ക് മലയാളത്തിന്റെ ശൈലിക്ക് നൂറ്റാണ്ടു
കളിലൂടെ വന്നു ചേർന്നിട്ടുള്ള പരിണാമം മുകളിൽച്ചേർത്ത ഔദ്യോഗിക
രേഖകളിൽനിന്നു മനസ്സിലാക്കാവുന്നതാണ്. കൊളോണിയൻ വാഴ്ച
ക്കാലത്തും മലയാളം ഔദ്യോഗികാവശ്യങ്ങൾക്ക് ഉപയോഗിച്ചിരുന്നു. 9

മുതൽ 21-ാം നൂറ്റാണ്ടിന്റെ പിറവി വരെയുള്ള ഓരോ നൂറ്റാണ്ടിലും ഔദ്യോഗിക ഭാഷയ്ക്കുണ്ടാക്കുന്ന ശൈലി അറിയുന്നതിനു ഉപകരിക്കണമെന്ന് ലക്ഷ്യം വെച്ചാണ് ഇവിടെ രേഖകൾ തെരഞ്ഞെടുത്തിട്ടുള്ളത്. പ്രാചീനകാലം മുതല്ക്കേ ഔദ്യോഗിക രേഖകൾക്ക് ഒരു പൊതു ദക്ഷിണേന്ത്യൻ ശൈലി ഉണ്ടായിരുന്നുവെന്ന് മലയാളം, തമിഴ്, കന്നട, തെലുങ്ക് രേഖകൾ പരിശോധിച്ചാൽ വ്യക്തമാകും. കേരളത്തിൽ 18-ാം നൂറ്റാണ്ടു വരെ വട്ടെഴുത്തിനു പ്രചാരമുണ്ടായിരുന്നു. കല്ലിലും ചെമ്പുതകിടുകളിലും കാണുന്ന ലിഖിതങ്ങളിൽ വട്ടെഴുത്തു ലിപിയാണ് മുഖ്യമായും കാണുന്നത്. അപൂർവ്വമായി ഗ്രന്ഥാക്ഷരങ്ങളും വട്ടെഴുത്തിനോടൊപ്പം ഉപയോഗിച്ചിരുന്നു. 12 സ്വരങ്ങളിലും 18 വ്യഞ്ജനങ്ങളിലും ഒതുങ്ങുന്നതായിരുന്നു വട്ടെഴുത്തിലെ അക്ഷരങ്ങൾ. അതുകൊണ്ട് ഒരു തമിഴ്ച്ചുവ വട്ടെഴുത്തു ലിഖിതങ്ങളിലെ ഭാഷാ ശൈലിക്കുണ്ട്. എന്നാൽ അത്തരം ലിഖിതങ്ങളിൽ ഋജുവായ വാക്യങ്ങൾ ഉണ്ടെന്നുള്ളതും ശ്രദ്ധിക്കണം. കൊളോണിയൽ ഭരണകാലത്തുണ്ടായ രേഖകളിൽ വാക്യങ്ങൾ കൂടുതൽ സങ്കീർണ്ണമാകുന്ന പ്രവണതയാണു കാണുന്നത്. പറയേണ്ട കാര്യങ്ങളെല്ലാം ഒരു ദീർഘവാക്യത്തിൽ ഒതുക്കി, വാക്യശൈലിക്ക് കൃത്രിമത്വം സൃഷ്ടിച്ചില്ലെങ്കിൽ ഗൗരവം പോരെന്ന വിചാരം എഴുത്തുകാർക്ക് ഉണ്ടായിരുന്നതായിത്തോന്നുന്നു. തിരുവിതാംകൂറിലെ രാസയം എഴുത്തിലേക്കു വരുമ്പോൾ ഈ ശൈലി വൃഥാസ്ഥൂലവും നിർജ്ജീവമായി മാറുന്നു. നാട്ടുരാജ്യങ്ങളും ബ്രിട്ടീഷധികാരികളും തമ്മിലുള്ള കത്തിടപാടുകളിൽ കാണുന്ന ഭാഷയ്ക്കു ആകർഷകത്വം കുറവാണ്. കാരണം ഇംഗ്ലീഷിലുള്ള വാക്യങ്ങൾ മൊഴിമാറ്റം വരുത്തിയാണല്ലോ അത്തരം എഴുത്തുകുത്തുകളിൽ പ്രയോഗിച്ചിരുന്നത്. ഇംഗ്ലീഷിലുള്ള കോഡുകൾ, ആക്ടുകൾ, റൂളുകൾ, മാനുവലുകൾ, ഫാറങ്ങൾ തുടങ്ങിയവ മലയാളത്തിലേക്കു മാറ്റുമ്പോഴുള്ള ബുദ്ധിമുട്ടുകളിൽ ഒന്ന് മലയാള ശൈലിക്കുണ്ടാകുന്ന കോട്ടമാണ്. തിരുവിതാംകൂർ കൊച്ചി മലബാർ പ്രദേശങ്ങളിൽ ഗവൺമെന്റ് വിജ്ഞാപനങ്ങളും രേഖകളും കത്തുകളും മറ്റും തയ്യാറാക്കിയിരുന്നത് സംസ്കൃതപണ്ഡിതന്മാരായിരുന്നു. ഇംഗ്ലീഷ് ഭാഷയിൽ സാധാരണ അറിവും സംസ്കൃതത്തിൽ അഗാധമായ പാണ്ഡിത്യവുമുണ്ടായിരുന്ന ദേശീയരായ കൊളോണിയൽ ഉദ്യോഗസ്ഥന്മാർക്ക് ദേശഭാഷയോട് മമത ഉണ്ടായിരുന്നില്ല. മലയാളം അവർക്ക് മ്ലേച്ഛ ഭാഷയായിരുന്നു. ഇതുമൂലം അനാകർഷവും നിർജ്ജീവവുമായ ഒരു ഭരണഭാഷ കേരളത്തിലുണ്ടായി. ഇതിൽനിന്നും മുക്തിനേടാൻ നാം ഏറെ പണിപ്പെടേണ്ടതുണ്ടെന്ന് സ്വാതന്ത്ര്യാനന്തര കാലഘട്ടത്തിൽ മലയാളത്തിലുണ്ടായിട്ടുള്ള ഉത്തരവുകൾ പരിശോധിച്ചാൽ മനസ്സിലാവും.

ഭരണഭാഷ സാമാന്യജനങ്ങൾക്കും മനസ്സിലാവുന്നതാകണം. ഭൂരിപക്ഷത്തിന്റെ മാതൃഭാഷയിൽ ഭരണനടപടികൾ വരുമ്പോഴേ ഭരണം ജനങ്ങൾക്കുവേണ്ടിയാവുകയുള്ളൂ. ജനങ്ങൾ ഭരണത്തിന്റെ ഭാഗമാകുന്നതും

അപ്പോഴാണ്. ഉത്തരവുകളും കത്തുകളും റിപ്പോർട്ടുകളും ആധാരങ്ങളും മാതൃഭാഷയിൽ തയ്യാറാക്കിയിട്ട്, ആവശ്യമെങ്കിൽ ഇംഗ്ലീഷിലേക്കു മൊഴി മറ്റം വരുത്തുന്ന രീതി അവലംബിക്കണം. ഇംഗ്ലീഷിൽ നക്കൽ തയ്യാറാ ക്കിയിട്ട് മലയാളത്തിലേക്കു മൊഴിമാറ്റം നടത്തുന്ന രീതി ആശാസ്യമല്ല. തനതു വാക്കുകൾ ഇല്ലെന്നു വന്നാൽ മാത്രമേ അന്യഭാഷാപദങ്ങൾ സ്വീകരിക്കാവൂ. അത് തത്സമരീതിയിൽ ഭാഷാശൈലിക്കിണങ്ങും വണ്ണം ഉപയോഗിക്കാൻ ശ്രദ്ധിക്കണം. നിരപ്പുകേട്ട് തോന്നിക്കരുത്. മിതവും സാര വത്തുമാകണം ഓരോ രേഖയും. അതുകൊണ്ട് ഉദ്യോഗത്തിലിരിക്കുന്ന വരും ഉദ്യോഗത്തിലേക്കു വരാനിരിക്കുന്നവരും മലയാളമെഴുതി ശീലി ക്കുക.

# മലയാള ലിപി

**മ**ലയാള ലിപി ഇപ്പോൾ ഒരു ചർച്ചാ വിഷയമാണ്. ഹൈസ്കൂൾ തലത്തിലുള്ള ഏതാനും സ്റ്റാൻന്റേർഡുകളിലെ പാഠപുസ്തകങ്ങൾ പഴയ രീതിയിലുള്ള മലയാള ലിപിയിൽ അച്ചടിക്കാൻ പോകുന്നു എന്ന വാർത്തയാണ് ചർച്ചകൾക്ക് വഴിമരുന്നിട്ടത്. ഇപ്പോൾ മലയാളഭാഷയെക്കുറിച്ച് എന്തെങ്കിലും സംസാരിക്കുന്നവരും എഴുതുന്നവരുമെല്ലാം ഒരു കച്ചിത്തുരുമ്പായി പിടികൂടുന്നത് ശ്രേഷ്ഠഭാഷാപദവിയെയാണ്. ക്ലാസിക് എന്ന വൈദേശിക പദത്തിന് സമാനമായി വാർത്താമാദ്ധ്യമങ്ങൾ സൃഷ്ടിച്ച സമസ്ത പദമാണ് ശ്രേഷ്ഠഭാഷ എന്നത്. ശ്രേഷ്ഠതയുണ്ടോ, പഴക്കമുണ്ടോ, അർഹതയുണ്ടോ എന്നിവയൊക്കെ ചർച്ചാവിഷയമാണ്. ചർച്ചകൾ നല്ലതുതന്നെ. എന്തിനുമേതിനും തർക്കം പറയുക എന്ന സംസ്കാരം നമുക്കു ജന്മസിദ്ധമാണല്ലോ. അത് അതിന്റെ വഴിക്ക് പോകട്ടെ!

മലയാളഭാഷയ്ക്ക് എത്ര ലിപികളുണ്ട്? ഇതിനൊരു തീർപ്പ് കല്പിച്ചിട്ടു മതി മറ്റു ഭാഷാകാര്യങ്ങളൊക്കെ എന്നൊരു സമീപനം തന്നെ താർക്കികന്മാർക്കിടയിൽ രൂപം കൊണ്ടിട്ടുണ്ട്. ഈ പ്രശ്നത്തിലേക്കു കടക്കുന്നതിനുമുമ്പ് ലിപി സംബന്ധമായി പൂർവ്വാചാര്യന്മാർ നടത്തിയിട്ടുള്ള അഭിപ്രായങ്ങൾ അറിയേണ്ടതുണ്ട്. അതൊന്നു പരിശോധിക്കാം:

### 1. ഭാഷാ കൗടലീയം

മലയാളഭാഷയുടെ പ്രാചീനമായ ഗദ്യകൃതികളിലൊന്നാണ് *ഭാഷാ കൗടലീയം*. കൗടലീയം ഭാഷ എന്നും ഈ ഗ്രന്ഥത്തിനു നാമാന്തരമുണ്ട്. കൗടല്യന്റെ അർത്ഥശാസ്ത്രത്തിന് ഇന്ത്യൻ നാട്ടുഭാഷകളിൽ മലയാള

ത്തിലാണ് ആദ്യവിവർത്തനമുണ്ടായത്. *ഭാഷാ കൗടലീയം* അധികരണം 2 പ്രകരണം 28ലാണ് മലയാളത്തിന്റെ അക്ഷരസംഖ്യ അഥവാ വർണ്ണ സംഖ്യയെക്കുറിച്ചുള്ള പരാമർശം കാണുന്നത്. അതിലെ വിവരണ ത്തിന്റെ രത്നച്ചുരുക്കം ഇങ്ങനെ:

| | |
|---|---|
| വർണ്ണങ്ങൾ | 63 |
| ഹ്രസ്വദീർഘപ്ലുതാദിഭേദത്താൽ | |
| സ്വരങ്ങൾ | 22. |
| സ്പർശാക്ഷരങ്ങൾ | 25 (കാദികൾ) |
| അന്തസ്ഥകൾ | 4 (യ,ര,ല,വ, മദ്ധ്യമം) |
| അയോഗവാഹങ്ങൾ | 4 |
| യമാക്ഷരങ്ങൾ | 4 |
| ഊഷ്മാക്കൾ | 4 |
| ആകെ അക്ഷരസംഖ്യ | 63 |

സ്വരാനുനാസികഭേദത്താൽ ഇത് 176 വർണ്ണങ്ങളായ് മാറും. അകാരാദയൊ വർണ്ണാസ്ത്രിഷഷ്ടി എന്ന മൂലവാക്യത്തിന്റെ വ്യാഖ്യാനത്തിലാണ് ഈ വിവരണമുള്ളത്. ഭാഷാ കൗടലീയകാരൻ മലയാളിയായതിനാൽ അദ്ദേഹം മലയാള ഭാഷയുമായി ബന്ധിപ്പിച്ചാണ് ഈ പരാമർശം നല്കിയത്. ഇവ എഴുതിക്കാണിക്കാൻ ഉപയോഗിച്ച ലിപി ഏതെന്നു വ്യക്തമല്ല. എങ്കിലും സംസ്കൃതത്തിലെ അതിഖരം, മൃദു, ഘോഷം, ഊഷ്മാക്കൾ, ഹ്രസ്വ എകാര ഒകാരങ്ങൾ ഭാഷാ കൗടലീയത്തിന്റെ രചനാകാലത്തിനു മുമ്പുതന്നെ മലയാളഭാഷയിലേക്കു വന്നെന്ന് ഈ വിവരണത്തിൽനിന്നു ഗ്രഹിക്കാം.

## 2. *രാമചരിതം*

മലയാളത്തിന്റെ ആദികാവ്യങ്ങളിലൊന്നായ *രാമചരിത*ത്തിൽ അഴ്ക്കരങ്കളിലകാരമായ നമ (പടലം 96 പാട്ട് 9) നീയൈമ്പതെഴുത്തിനുമകാരം തന്നെ മുറ്റും (പടലം 116 പാട്ട് 2) എന്ന് മലയാളഅക്ഷരസംഖ്യയെപ്പറ്റി സൂചിപ്പിച്ചിട്ടുണ്ട്. അക്ഷരം ബ്രഹ്മസത്യം എന്ന മൂലവാക്യത്തിനാണ് ചീരാമകവി ഈ വിശദീകരണം നല്കിയിട്ടുള്ളത്. സംസ്കൃതത്തിലെ അക്ഷരങ്ങളും ദ്രാവിഡാക്ഷരങ്ങളും ചേരുമ്പോൾ എഴുത്ത് അൻപതായി വർദ്ധിക്കുന്നു. ദ്രാവിഡാക്ഷരങ്ങൾ മുപ്പതാണ്. സ്വരങ്ങൾ 12, വ്യഞ്ജനങ്ങൾ 18. ബാക്കിയുള്ള എഴുത്തുകൾ സംസ്കൃതത്തിൽ നിന്നു സ്വീകരിച്ചവയാണ്. ദ്രാവിഡാക്ഷരങ്ങളിൽ മാത്രം വിരചിതമായ രാമചരിതത്തിലാണ് അക്ഷരസംഖ്യ വന്നിരിക്കുന്നതെന്ന കാര്യം ശ്രദ്ധിക്കേണ്ടതുതന്നെ. അവ ഏവയൊക്കെയാണെന്ന് അക്കാലത്തെ മണിപ്രവാളകൃതികളെ ആസ്പദമാക്കി നിർണ്ണയിക്കാവുന്നതാണ്.

### 3. ഭാഷാ ഭഗവദ്ഗീത

കണ്ണശ്ശക്കവികളിൽ ഒരാളായ മലയിൻകീഴ് മാധവനെഴുതിയ ഭഗവദ്ഗീതയിൽ അറി നീയക്ഷരമമ്പത്തൊന്നിൽ അകാരം താൻ എന്നു പരാമർശിച്ചിട്ടുണ്ട്. അക്ഷരം ഒന്ന് കൂടിയിരിക്കുന്നു. അത് ഏതെന്ന കാര്യം വ്യക്തമല്ല. എന്തായാലും ഗ്രന്ഥാക്ഷരങ്ങൾ നടപ്പിലായിക്കഴിഞ്ഞുവെന്നു നിസ്സംശയം പറയാം. പരമ്പരാഗത അക്ഷരപാഠം അനുസരിച്ച് സ്വരങ്ങൾ 16, വ്യഞ്ജനങ്ങൾ 35 കൂടി മൊത്തം 51 അക്ഷരങ്ങൾ, ഭാഷാനൈഷധകാരൻ

അമ്പത്തൊന്നക്ഷരാളി കലിതതനുലതേ
വേദമാകുന്ന ശാഖി -
ക്കൊമ്പത്തെമ്പൊടുപൂക്കും കുസുമതതിയിലേന്തുന്ന
പൂന്തേൻ കുഴമ്പേ

എന്നാണ് ഊരകത്തമ്മതിരുവടിയെ സ്തുതിച്ചിട്ടുള്ളത്. ഹരിനാമകീർത്തനകാരനും അക്ഷരം 51 തന്നെ.

മലയാളവൈയാകരണന്മാരുടെ മതമാണ് ഇനി പരിശോധിക്കാനുള്ളത്.

### 1. *ലീലാതിലകം*

മലയാളത്തിന്റെ പ്രഥമവ്യാകരണം എന്ന് ഭാഗികമായി കരുതിപ്പോരുന്ന *ലീലാതിലക*ത്തിൽ അക്ഷരസംഖ്യ സൂചിപ്പിച്ചിട്ടില്ല. ഒന്നാം ശില്പത്തിൽ പാട്ടിന്റെ ലക്ഷണം വിവരിക്കുന്ന ഭാഗത്തുനിന്നും ദ്രാവിഡാക്ഷരമാലയുടെ സ്വരൂപം ഉപലബ്ധമാണ്. 12 സ്വരങ്ങളും 18 വ്യഞ്ജനങ്ങളുമാണ് പാട്ട് പ്രസ്ഥാനത്തിൽ ഉപയോഗിച്ചിരുന്നത്. അവ

| | | | |
|---|---|---|---|
| സ്വരങ്ങൾ | അ, ആ, ഇ, ഈ | വ്യഞ്ജനങ്ങൾ | ക-ങ |
| | ഉ, ഊ, എ, ഏ | | ച-ഞ |
| | ഒ, ഓ, ഐ, ഔ | | ട-ണ |
| | | | ത-ന |
| | | | പ-മ |
| | | | യ,ര,ല,വ |
| | | | ള,ഴ വർത്സ്യറ |
| | | | വർത്സ്യന |

ഇവ എഴുതാൻ ഉപയോഗിച്ച ലിപിയെക്കുറിച്ച് സൂചനയില്ല. മണിപ്രവാളത്തിലൂടെ കേരള ഭാഷയുടെ അക്ഷരമാലയിൽ കടന്നു വന്ന അതിഖരമൃദുഘോഷ്മാക്കൾ, ഌകാര കാരങ്ങൾ എന്നിവയെപ്പറ്റി ലീലാതിലകകാരൻ പരാമർശിച്ചിട്ടില്ല. *ലീലാതിലക*ത്തിൽ ഉദ്ധരിച്ചിട്ടുള്ള ശ്ലോക

ങ്ങളുടെ അകാരാദികളിൽനിന്നും 14 സ്വരങ്ങളും 37 വ്യഞ്ജനങ്ങളും മലയാളത്തിൽ ഉണ്ടായിരുന്നെന്നു മനസ്സിലാക്കാം. സ്വരങ്ങളിൽ ഹ്രസ്വ മായ ഌ, വാണുള്ളത്. അം, അഃ ഇല്ല. വ്യഞ്ജനങ്ങളിൽ ക്ഷ യെ കണ ക്കാക്കിയിട്ടില്ല.

**2. മലയാള ഭാഷാവ്യാകരണം**

ഹെർമ്മൻ ഗുണ്ടർട്ടിന്റെ മലയാളഭാഷാവ്യാകരണത്തിൽ മലയാള അക്ഷരമാലയെപ്പറ്റി വ്യക്തമായ സൂചനയുണ്ട്. മലയാളമെഴുതാൻ വട്ടെ ഴുത്തും, ആര്യ എഴുത്തും ഉപയോഗിക്കുന്നു. ദ്രാവിഡഭാഷയ്ക്ക് സ്വന്ത മായിട്ടുള്ളത് 30 അക്ഷരമാണ്. സ്വരങ്ങൾ 12, വ്യഞ്ജനങ്ങൾ 18, സംസ്കൃ തത്തിൽനിന്ന് 6 സ്വരങ്ങൾ സ്വീകരിച്ചിട്ടുണ്ട്. ഌ, ദീർഘമായ ൡ, , ദീർഘ മായ , അം, അഃ എന്നിവയാണവ. വ്യഞ്ജനങ്ങൾ 15. അവ അതിഖരം, മൃദു, ഘോഷത്തിൽപ്പെടും. ഊഷ്മാക്കൾ 4 എണ്ണം - ശ, ഷ, സ, ഹ. ഇതോടൊപ്പം ക്ഷ എന്ന അക്ഷരവും ചേരുമ്പോൾ സംസ്കൃത ത്തിൽനിന്നും സ്വീകരിച്ച അക്ഷരങ്ങൾ 20 ആകും. ദ്രാവിഡത്തിനു സ്വന്ത മായുള്ള അക്ഷരങ്ങളോടൊപ്പം സംസ്കൃതത്തിൽ നിന്നും സ്വീകരിച്ച അക്ഷരങ്ങൾ കൂടി ചേരുമ്പോൾ സംഖ്യ 56 ആകും. എങ്ങനെയെന്നാൽ

*സ്വരങ്ങൾ*

ദ്രാവിഡം 12 സംസ്കൃതം 6 മൊത്തം 18

*വ്യഞ്ജനങ്ങൾ*

ദ്രാവിഡം 18 സംസ്കൃതം 20 മൊത്തം 38

**3. *കേരളകൗമുദി***

കോവുണ്ണി നെടുങ്ങാടിയുടെ അഭിപ്രായത്തിൽ 55 അക്ഷരങ്ങളാണ് മലയാളത്തിലുള്ളത്.

അമ്പത്തൊന്നക്ഷരന്താനി
ങ്ങുമ്പർഭാഷാവലംബിതം
പിമ്പെതാവഴിനാലോടു
മമ്പത്തഞ്ചെന്നു സിദ്ധമാം.

അ, ആ, ഇ, ഈ, ഉ, ഊ, ഌ, ദീർഘം ൡ, , എ, ഐ, ഒ, ഔ, അം, അഃ (16)

ക മുതൽ ശ, ഷ, സ, ഹ, ള, ക്ഷ വരെ (35).

വട്ടെഴുത്തിൽനിന്ന് നാലെണ്ണം - എ, ഒ, റ, ഴ (4)

(വർത്സ്യ റ്റ കാരനകാരങ്ങളെ പൂർവ്വ സിദ്ധമായ രീതിയിൽ എഴുതണം)

26 സംസ്കൃതാക്ഷരങ്ങളാണ് മലയാള അക്ഷരമാലയിലുള്ളത്. അതാവിത് ഹ്രസ്വദീർഘ ഌ, കൾ, അം, അഃ അതിഖരം, മൃദു, ഘോഷം,

ശ, ഷ, സ, ഹ, ക്ഷ. ഇവ എഴുതിക്കാണിക്കാൻ ആര്യ എഴുത്ത് ഉപയോഗിക്കുന്നു.

### 4. *കേരളപാണിനീയം*

കേരളപാണിനീയത്തിൽ 53 അക്ഷരങ്ങളുടെ പട്ടികയാണ് നല്കിയിട്ടുള്ളത്. അം, അഃ ഒഴിവാക്കി സ്വരങ്ങൾ 16. സ്പർശങ്ങൾ 25 മദ്ധ്യമങ്ങൾ 4 (യ,ര,ല,വ) ഊഷ്മാക്കൾ 3 (ശ, ഷ, സ) ഘോഷി 1 (ഹ) ദ്രാവിഡമദ്ധ്യമം 3 (ള,ഴ,റ) വർത്സ്യാനുനാസികം 1. ആകെ വ്യഞ്ജനങ്ങൾ 37. വർത്സ്യഖരം രണ്ടു റ കാരങ്ങൾ ഉപയോഗിച്ച് എഴുതുന്നതിനാലാകാം പട്ടികയിൽനിന്ന് ഒഴിവാക്കിയത്. വർത്സ്യാനുനാസികത്തിന് ലിപി നിർദ്ദേശിച്ചിട്ടുണ്ടെങ്കിലും എഴുത്തിലും അച്ചടിയിലും വർത്സ്യനകാരത്തിന് ലിപി ഉപയോഗിക്കാറില്ല.

മലയാള എഴുത്തിൽ ഉപയോഗത്തിലില്ലാത്ത ദീർഘ ഌകാര കാരങ്ങൾ, അം, അഃ, വർത്സ്യ അനുനാസികം എന്നിവ ഒഴിവാക്കിയാൽ ലിപിയുള്ള അക്ഷരസംഖ്യ 50 ആണ്. വർത്സ്യഖരം എഴുതാൻ റകാരത്തെ ഇരട്ടിച്ച് ഉപയോഗിക്കുന്നതിനാൽ ലിപിയുള്ള അക്ഷരങ്ങൾ 51 ആകും.

ഈ 51 അടിസ്ഥാന അക്ഷരങ്ങൾക്ക് സ്വന്തം ലിപിയുണ്ട്. ഇവയുടെ ഹ്രസ്വദീർഘഭേദങ്ങൾ സ്വവർഗ്ഗ ഇരട്ടിപ്പുകൾ, വ്യതിരിക്ത അക്ഷരങ്ങൾ ചേർന്നുള്ള കൂട്ടക്ഷരങ്ങൾ, ചില്ലുകൾ എന്നിവയ്ക്കെല്ലാം എഴുതിക്കാണിക്കാൻ നമുക്കൊരു ലിപി മാതൃകയുണ്ട്. എണ്ണപ്പെരുക്കം കൊണ്ട് ടൈപ്പ് റൈറ്ററിന്റെ പരിമിതമായ കീ ബോർഡിലേക്കു അക്ഷരലിപികളെ കൊണ്ടുവരാനുള്ള വെല്ലുവിളിയാണ് ശൂരനാട്ടു കുഞ്ഞൻപിള്ളയുടെ നേതൃത്വത്തിലുള്ള സമിതി ഏറ്റെടുത്ത് പരിഹൃതമാക്കിയത്. ഇപ്പോൾ ഉണ്ടായിരിക്കുന്ന പ്രശ്നം ടൈപ്പ്റൈറ്റർ വിവരസാങ്കേതിക വിദ്യയുടെ കുതിച്ചുചാട്ടത്തിൽപ്പെട്ട് അപ്രത്യക്ഷമായി എന്നതാണ്. ടൈപ്പ് റൈറ്റർ നമുക്ക് ഇനി ആവശ്യമില്ല. കമ്പ്യൂട്ടറിൽ ഏതു ലിപിയും സന്നിവേശിപ്പിക്കാനാകും. പ്രത്യേകിച്ചും ഉപലേഖിമങ്ങൾക്കു യാതൊരു ലോപവുമില്ലാത്ത മലയാളലിപികളെ.

### ഉപലേഖിമങ്ങൾ

ഉപലേഖിമങ്ങളുടെ കാര്യത്തിൽ ദേശ്യഭേദങ്ങൾ ധാരാളമുണ്ട്. ഈ ലേഖകന് ഉണ്ടായ ഒരനുഭവം പറയാം. പട്ടാമ്പി സംസ്കൃതകോളേജിൽ 1999 കാലത്ത് അദ്ധ്യാപകനായിരുന്നപ്പോൾ പ്രീഡിഗ്രി ക്ലാസിൽ വള്ളത്തോൾ എന്ന് ഞാൻ ബോർഡിൽ എഴുതുകയുണ്ടായി. ഒരു കുട്ടി എഴുന്നേറ്റ് എന്താണ് എന്നു ചോദിച്ചു. കുട്ടി ശീലിച്ച ലിപി ള്ള് മാതൃകയിലുള്ളതാണ്. സാഹചര്യംകൊണ്ട് ള്ള എന്നു വായിച്ചുവെങ്കിലും ലിപി

വിന്യാസത്തിന്റെ ഉള്ളുകള്ളി മനസ്സിലായിട്ടില്ലെന്നു വ്യക്തം. ഇതേമാതിരി കൂട്ടക്ഷരങ്ങൾ, ദീർഘങ്ങൾ സംവൃതോകാരം എന്നിവയുടെ കാര്യത്തിൽ മലയാളികളെല്ലാം ഏകീകൃതമായ ഒരു മാതൃക പിന്തുടരുന്നുവെന്നു പറയാനാവില്ല. ആ നിലയ്ക്കു ശൂരനാട്ടു കുഞ്ഞൻപിള്ള അദ്ധ്യക്ഷനായുള്ള സമിതി നിർദ്ദേശിച്ച പരിഷ്കരണങ്ങളിൽ നീക്കുപോക്കു നടത്തി തുടരുന്നതാണ് അഭികാമ്യം.

ു എന്ന ചിഹ്നം കൊണ്ട് ഹ്രസ്വമായ ഉകാരത്തെ എഴുതുന്ന രീതിക്കുള്ള സൗകര്യം നോക്കുക. ഹു, കു, ചു, ക്രു എന്നീ അക്ഷരങ്ങളെ പാരമ്പര്യ രീതിയിൽ ഹു, കു, ചു, ക്രു എന്നാണെഴുതുന്നത്. ഉദാഹരണത്തിലെ നാല് അക്ഷരങ്ങളിലെയും ഉകാരം വ്യത്യസ്ത രീതിയിലാണ് കാണുന്നത്. ഇവയെല്ലാം ു എന്ന ചിഹ്നത്തിലൂടെ ക്രമീകരിക്കുമ്പോൾ എഴുത്തിലും അച്ചടിയിലും ഉണ്ടാകുന്ന ലാഘവം ചില്ലറയല്ല. ഏതും ഡിറ്റി പി ക്ക് സ്വീകാര്യമെങ്കിലും സാമാന്യ ജനങ്ങൾ പരിശീലിക്കേണ്ട എഴുത്തിന്റെ മാതൃകയും നമുക്ക് ഉണ്ടാകേണ്ടതല്ലേ? സ്വരങ്ങളുടെ ഹ്രസ്വദീർഘഭേദങ്ങൾ വ്യഞ്ജനാക്ഷരങ്ങളിൽ സൃഷ്ടിക്കുന്ന പ്രശ്നങ്ങൾക്കും ഐകരൂപ്യമില്ലാത്തതിനാൽ ശൂരനാടൻ കമ്മിറ്റി നിർദ്ദേശിച്ച പരിഷ്കാരം അവലംബിക്കുന്നതാണ് നല്ലത്.

എഴുതാൻ പഴയമാതൃകയും അച്ചടിക്കാൻ പഴയലിപിയിലെ ഉപലേഖിമങ്ങളിൽ കേരളഭാഷാ ഇൻസ്റ്റിറ്റ്യൂട്ട് അനുവർത്തിച്ചിട്ടുള്ള മാതൃകയും അവലംബിക്കാവുന്നതാണ്. ഉദാ:

| | | |
|---|---|---|
| അനുസ്വാരം | | ം |
| വിസർഗ്ഗം | | ഃ |
| മീത്തൽ | | ് |
| ചില്ലുകൾ | | ൽ, ൾ, ർ, ൺ, ൻ |
| സ്വരങ്ങളുടെ | - | ഉപചിഹ്നങ്ങൾ |
| ദീർഘം - ാ | ഉദാ | കാ |
| ഹ്രസ്വ ഇ കാരം - ി | | കി |
| ദീർഘ ഇകാരം - ീ | | കീ |
| ഹ്രസ്വ ഉകാരം - ു | | കു |
| ദീർഘ ഉകാരം - ൂ | | കൂ |
| ഋകാരം - ൃ | | കൃ |
| ഹ്രസ്വ എകാരം - െ | | കെ |
| ദീർഘ എകാരം - േ | | കേ |
| ഐകാരം - ൈ | | കൈ |
| ഹ്രസ്വ ഒകാരം - െ-ാ | | കൊ |
| ദീർഘ ഒകാരം - േ-ാ | | കോ |
| ഔകാരം - ൗ | | കൗ |

ദ്രാവിഡവ്യഞ്ജനങ്ങളുടെ സജാതീയ കൂട്ടക്ഷരങ്ങൾ പഴയരീതി യിൽത്തന്നെ തുടരണം സജാതീയമല്ലാത്തവയിലും സംസ്കൃതാക്ഷര ങ്ങളുടെ കൂട്ടക്ഷരങ്ങളിലും ആദ്യാക്ഷരങ്ങൾക്ക് മുകളിൽ ചന്ദ്രക്കല നല്കി പിരിച്ച് അച്ചടിക്കാവുന്നതാണ്. ഉദാ. ക്ട, ബ്ദ, പ്സ, ഴ്ച, ഴ്മ, ല്പ

ഏതു ലിപി പരിഷ്കാരം ഉണ്ടായാലും മലയാളം മാതൃഭാഷയായ മലയാളിക്ക് മലയാളം എഴുതാനും വായിക്കാനും യാതൊരു ബുദ്ധിമുട്ടും ഉണ്ടാകില്ല. ബുദ്ധിമുട്ടുകളത്രയും യഥാർത്ഥത്തിൽ ലിപി വിന്യാസവ്യ സനികൾക്കു മാത്രമാണ്. പഴയതായാലും പുതിയതായാലും മലയാ ളിക്കു മലയാളം വായിക്കാൻ ഒരു തടസ്സവും ലിപികൾ സൃഷ്ടിക്കുന്നില്ല. നമ്മുടെ ഭാഷയുടെ ഏറ്റവും ശ്രേയസ്കരമായ വസ്തുതയും മറ്റൊന്നല്ല. 3 കോടി 33 ലക്ഷം വരുന്ന മലയാളിക്ക് ഏതു രീതിയിൽ മലയാളം അച്ചടിച്ചാലും എഴുതിയാലും വായിച്ച് ഉൾക്കൊള്ളാനാകും.

# ഭാഷാ സഹവർത്തിത്വം

ഇതര ജീവികൾക്കില്ലാത്ത സാംസ്കാരിക ജീവിതം മനുഷ്യർക്ക് സാദ്ധ്യമായത് ഭാഷാപ്രയോഗ സിദ്ധിയുടെ ഫലമായാണ്. മനുഷ്യരുടെ ജീവിതത്തിന്റെ എല്ലാ മേഖലകളിലും വ്യാപിച്ചു കിടക്കുന്ന പ്രതിഭാസ മാണ് ഭാഷ. വിവിധ ഗോത്രത്തിൽപ്പെട്ട ധാരാളം ഭാഷകൾ സംസാരി ക്കുന്ന ജനങ്ങളുടെ അധിവാസ ഭൂമിയാണ് ഭാരതം. ഇന്ത്യയിൽ 179 സ്വത ന്ത്രഭാഷകളും 544 ഭാഷാഭേദങ്ങളും ഉണ്ടെന്നാണ് 1906 ലെ Linguistic Survey of India റിപ്പോർട്ടിൽ ഗ്രിയേഴ്സൺ പ്രസ്താവിച്ചിട്ടുള്ളത്. 1906 ലെ സ്ഥിതിയിൽനിന്നും തികച്ചും വ്യത്യസ്തമാണ് ഇന്ത്യയിലെ ഇന്നത്തെ ഭാഷാ സ്ഥിതി. സ്വാതന്ത്ര്യാനന്തര ഇന്ത്യയിൽ 4 ഭാഷാഗോ ത്രങ്ങളിൽപ്പെടുന്ന ഭാഷകളാണുള്ളത്.

1. ഇന്തോ - ആര്യൻ (ഇന്തോ യൂറോപ്യൻ ഗോത്രത്തിന്റെ ഉപശാഖ)
2. ദ്രാവിഡം
3. ആസ്ട്രിക്ക് (ആസ്ട്രോ- ഏഷ്യാറ്റിക് ഭാഷാഗോത്രത്തിലെ ഉപ ശാഖ)
4. സൈനോ ടിബറ്റൻ

ആസ്ട്രിക്ക് ഭാഷാ ഗോത്രത്തിൽപ്പെട്ട മുണ്ട, സന്താലി, മുണ്ടാരി, ഹൊ, ബിർഹോർ, ഭൂമിക്ക്, കൊർവ, കൊർക, കർക എന്നീ ഭാഷക ളാണ് ഒറീസ, മദ്ധ്യപ്രദേശ്, ബംഗാൾ സംസ്ഥാനങ്ങളിലെ ഗിരിവർഗ്ഗ ക്കാർ സംസാരിച്ചുപോരുന്നത്.

ഇന്ത്യയുടെ വടക്കു പടിഞ്ഞാറൻ പ്രദേശങ്ങൾ, ഹിമാലയത്തിന്റെ അടിവാര പ്രദേശങ്ങൾ, സിക്കിം, അസം എന്നിവിടങ്ങളിൽ സംസാരിച്ചു വരുന്ന ഒട്ടേറെ ഭാഷകളുടെ ഗോത്രമാണ് സിനോ-ടിബറ്റൻ. മണിപുരി, നേവാരി, ലെപ്ച എന്നിവ പ്രധാനം.

ഇങ്ങനെ നാല് ഗോത്രങ്ങളിൽപ്പെടുന്ന 200 ഓളം സ്വതന്ത്രഭാഷകൾ സംസാരിക്കുന്ന ജനവിഭാഗങ്ങളുടെ ഒരു ഭാഷാ മേഖലയാണ് ഇന്ത്യ. ഈ നാലു ഗോത്രങ്ങളിലുംപെട്ട ഭാഷക്കാരുടെ ഭാഷയിൽ യാദൃച്ഛികമെന്നു കരുതാൻ കഴിയാത്ത ധാരാളം സ്വഭാവ സാദൃശ്യങ്ങൾ കാണുന്നുണ്ട്. വിഭിന്ന ജനവിഭാഗങ്ങൾ എത്ര ഐക്യത്തോടെയാണ് ഒരൊറ്റ ജനത എന്ന നിലയിൽ ഇന്ത്യയിൽ പുലരുന്നതെന്നു കാണാൻ ഭാഷകളിൽ കാണുന്ന പൊതു സാദൃശ്യങ്ങൾ മതിയാകും. ഭാഷാശാസ്ത്രപരമായ ഈ വസ്തുത ആദ്യം ചൂണ്ടിക്കാണിച്ചത് അമേരിക്കൻ നരവംശശാസ്ത്രജ്ഞനായ ഫ്രാൻസ് ബോസാണ്. ഈ അഭ്യൂഹത്തെ സിദ്ധാന്തപദവിയിലെത്തിച്ചത് പ്രസിദ്ധ ദ്രാവിഡഭാഷാശാസ്ത്രപണ്ഡിതനായ എമനൊ ആണ്. ഭാഷാഗോത്രങ്ങളുടെ അതിരുകൾ അതിക്രമിച്ച് ഭാരതീയ ഭാഷകളിൽ കാണുന്ന സമാന ഭാഷാ പ്രത്യേകതകൾ കണക്കിലെടുത്ത് ഇന്ത്യയെ ഒരു ഭാഷാ മേഖല എന്നു അദ്ദേഹം വിശേഷിപ്പിച്ചു. India as a Linguistic Area (1956) എന്ന പ്രബന്ധത്തിലാണ്. എം ബി എമനോ ഇക്കാര്യം ചർച്ച ചെയ്തിട്ടുള്ളത്. സാമൂഹ്യഭാഷാശാസ്ത്രപരം എന്നതിലുപരി സാംസ്കാരികവും വിവർത്തനക്ഷമതാപരവുമായ മേഖലകൂടിയാണ് ഇന്ത്യയെന്ന കണ്ടെത്തലിലേക്കാണ് എമനോവിന്റെ പ്രബന്ധം വഴി തെളിച്ചത്.

ഇന്ത്യയിലെ 74% ജനങ്ങൾ ഇന്തോ ആര്യൻ ഭാഷകളാണ് സംസാരിക്കുന്നത്. 24% ജനങ്ങൾ ദ്രാവിഡ ഭാഷകളും 9 ലക്ഷം ജനങ്ങൾ ആസ്ട്രോ ഏഷ്യാറ്റിക് ഭാഷകളും (1.2%) 6 ലക്ഷം ജനങ്ങൾ സൈനോ ടിബറ്റൻ ഭാഷകളും (0.6%) സംസാരിക്കുന്നു.

ഇന്ത്യയിൽ 1652 മാതൃഭാഷകളുണ്ട്. ഇതിൽ 29 എണ്ണത്തിനു മാത്രമേ 10 ലക്ഷത്തിൽ കവിഞ്ഞ ഭാഷകരുള്ളു. ഒരു ലക്ഷത്തിലേറെ ഭാഷകരുള്ള ഭാഷകൾ 60 ഉം പതിനായിരത്തിനു മുകളിലുള്ളവ 122 ഉം വരും. (2001 സെൻസസ്)

ഭരണഘടനയിൽ 22 ഭാഷകൾക്ക് ഔദ്യോഗിക ഭാഷ എന്ന സ്ഥാനം നല്കിയിട്ടുണ്ട്. ഇന്ത്യൻ ഭൂപ്രദേശങ്ങളെ ഭാഷകളുടെ അടിസ്ഥാനത്തിൽ പുനർ വിഭജിച്ചത് ഭാഷകളുടെ വികസനവും സഹവർത്തിത്വവും ലക്ഷ്യം വെച്ചായിരുന്നു. കൊളോണിയൽ മേധാവിത്വം രണ്ടു നൂറ്റാണ്ടുകളോളം അനുഭവിക്കേണ്ടിവന്ന ഭാരതീയർക്ക് സ്വന്തം സംസ്കാരവും ഭാഷയും അവഗണിക്കപ്പെടുന്നത് നിസ്സഹായരായി നോക്കി നില്ക്കാനേ സാധിച്ചുള്ളു. ഈ വസ്തുത കണക്കിലെടുത്താണ് ഭാഷാടിസ്ഥാനത്തിൽ സംസ്ഥാനങ്ങൾ പുനർ നിർണ്ണയിച്ചത്. അതിർകടന്ന ഭാഷാഭിമാനത്തിലേക്ക് ഇതു വഴിതുറക്കുകയും പ്രശ്നങ്ങൾ സൃഷ്ടിക്കുകയും ചെയ്തുവെങ്കിലും ഗുണപരമായ ചില അംശങ്ങൾ ഉള്ളത് നാം കാണാതിരുന്നുകൂടാ. ഓരോ സംസ്ഥാനവും മാതൃഭാഷയോടൊപ്പം ഭാഷാ ന്യൂനപക്ഷങ്ങളേയും ഉൾക്കൊള്ളുന്ന ഒരു ഭരണസീമയാണ്. വിഭിന്ന ഭാഷകൾ സംസാരിക്കുന്ന ജനതയെ പരസ്പര സൗഹൃദത്തോടെ പുലരാൻ വേണ്ട

സാഹചര്യം സൃഷ്ടിക്കേണ്ട ചുമതല സ്റ്റേറ്റിനാണ്. സ്വതന്ത്ര ഇന്ത്യയിൽ ഈ നയത്തിന് വലിയ പോറൽ ഏറ്റിട്ടില്ലെന്നു പറയാം. കേരളത്തിന്റെ കാര്യം തന്നെ എടുത്താൽ എത്രയോ ഭാഷക്കാർ മലയാളികളോടൊപ്പം സ്വന്തം ഭാഷയും സംസ്കാരവും ആചാരവും സംരക്ഷിച്ചുകൊണ്ട് ഇവിടെ ജീവിക്കുന്നു. തുളു, തമിഴ്, തെലുങ്ക്, കൊങ്ങിണി, ബംഗാളി തുടങ്ങി ദ്രാവിഡ ഗോത്രത്തിലും ഇന്തോ-ആര്യൻ ഗോത്രത്തിലുംപെട്ട ഭാഷകൾ സംസാരിക്കുന്ന ജനങ്ങൾ ഇവിടെ ഏകോദരസഹോദരങ്ങളെപ്പോലെ ജീവിക്കുന്നു. എല്ലാ ഭാഷക്കാരെയും ഉൾക്കൊള്ളാനുള്ള ഈ വിശാല മനോഭാവമാണ് മലയാളിയുടെ ഒന്നുകൂടി വ്യക്തമാക്കിയാൽ കേരളത്തിന്റെ പ്രത്യേകത. ഒന്നിൽക്കൂടുതൽ മാതൃഭാഷകരുള്ള മേഖലകൾ കേരളത്തിൽ ധാരാളമുണ്ട്. തമിഴ്-മലയാള ഭാഷകൾ സംസാരിക്കുന്ന ജനങ്ങൾ ഒന്നിച്ചു കഴിയുന്ന ദ്വിഭാഷാ മേഖലകളാണ് തെക്കൻ തിരുവിതാംകൂർ, ഇടുക്കിയിലെ ഹൈറേഞ്ച് മേഖലകൾ, പാലക്കാടൻ ജില്ലയുടെ അതിർത്തി പ്രവിശ്യകൾ. കാസർകോട് ജില്ലയിലെ മഞ്ചേശ്വരം തുളു-കന്നട-മലയാളം ഭാഷകരുള്ള ത്രിഭാഷാമേഖലയാണ്. കേരളത്തിലെ മിക്ക നഗരങ്ങളിലും വിഭിന്ന മാതൃഭാഷക്കാർ ഒരുമിച്ചു ജീവിക്കുന്നുണ്ട്.

സഹവർത്തിത്വത്തിലൂടെ ആർക്കും മാതൃഭാഷയ്ക്കു പുറമേ മറ്റൊരു ഭാഷയിൽ പ്രാവീണ്യം സമ്പാദിക്കാനും കഴിയും. ഭാഷാജ്ഞാനം ജന്മസിദ്ധമാണ്. യാതൊരു വിദ്യാഭ്യാസവുമില്ലാത്തവർ അന്യഭാഷാ സംസ്ഥാനങ്ങളിൽപ്പോയി ആ ഭാഷകളിൽ അനല്പമായ വൈഭവം നേടിയതിന് എത്രയോ ഉദാഹരണങ്ങൾ ചൂണ്ടിക്കാണിക്കാൻ കഴിയും. ഭാഷാടിസ്ഥാനത്തിൽ സ്റ്റേറ്റുകൾ പുനർ സൃഷ്ടിച്ചുവെങ്കിലും ഭൂമിശാസ്ത്രപരമായ ഒരു അതിരിനുള്ളിലും ഒരു ഭാഷയും ഒതുങ്ങുന്നില്ലെന്ന പരമാർത്ഥം അവശേഷിക്കുന്നു. ഉപജീവനം തേടി ജനവർഗ്ഗങ്ങൾ ചരിത്രാതീതകാലം മുതല്ക്കേ പുതിയ മേച്ചിൽപ്പുറങ്ങൾ അന്വേഷിച്ച ചരിത്രമാണുള്ളത്. ഇത് ഇന്ത്യയെ സംബന്ധിച്ചിടത്തോളം കൂടുതൽ പ്രസക്തമാണ്. കാരണം ഏറ്റവും പുരാതനമായ ഒരു മാനവസംസ്കാരത്തിന്റെ ഈടുവയ്പുകളുള്ള ഭൂവിഭാഗമാണ് ഭാരതം. സിന്ധുനാഗരികത, വൈദികകാലം, ദക്ഷിണാപഥത്തിലെ ദ്രാവിഡഗോത്രപ്പഴമ തുടങ്ങി ഒട്ടനവധി സംസ്കാരങ്ങളുടെ സമവായമാണ് ഇന്ത്യൻ സംസ്കാരം. ഈ സംസ്കാരത്തെ ഊട്ടിവളർത്തിയതും, നിലനിർത്തിയതും ഇന്ത്യൻ ഭാഷകളാണ്. അതിനാൽ വായ്മൊഴി തലത്തിൽ മാത്രം നിലനില്ക്കുന്നതും അല്ലാത്തവയുമായ എല്ലാ ഭാഷകൾക്കും തുല്യസ്ഥാനമാണുള്ളത്. വിവിധ ഭാഷകൾ സംസാരിക്കുന്നവരാണെങ്കിലും ഭാരതീയരെ ഒന്നിച്ചു നിർത്തുന്നത് ഈ ഭാഷകൾ സംയുക്തമായി സൃഷ്ടിച്ച സാംസ്കാരിക പൈതൃകമാണ്. മണ്ണിന്റെ മക്കൾവാദത്തിന്റെ പ്രസക്തി നഷ്ടമായത് ഈ പശ്ചാത്തലത്തിലാണെന്നോർക്കുക.

സ്വന്തം മാതൃഭാഷകളുള്ളവരാണ് ഭാരതത്തിലെ എല്ലാ ജനവിഭാഗങ്ങളും, അവരെ ഏകോപിപ്പിച്ചു നിർത്തുന്നത് ഭാഷകളിലൂടെ ജീവിക്കുന്ന ഒരു സംസ്കാരമാണ്. ഈ അടിസ്ഥാന മൂല്യത്തെ നിരാകരിക്കാൻ ഒരു ഭരണവർഗ്ഗത്തിനും സാധിക്കില്ലെന്ന വസ്തുതയ്ക്ക് ഏറ്റവും നല്ല നിദർശനമാണ് ഇന്ത്യ ഒരു ഭാഷാ മേഖല എന്ന കണ്ടെത്തൽ.

ജനനീ ജന്മഭൂമിശ്ച സ്വർഗ്ഗാദപി ഗരീയസ്സി എന്ന *രാമായണ* ദർശനവും

യാതും ഊരേ, യാവരും കേളീർ (*പുറനാനൂറ്*) എന്ന ദ്രാവിഡ ദർശനവും ഭാഷയെച്ചൊല്ലി വിവാദങ്ങൾ സൃഷ്ടിക്കുന്നവർ ശ്രദ്ധിക്കേണ്ടതാണ്.

എല്ലാവരും ഒരു ഗ്രാമത്തിൽപ്പെട്ടവർ എന്ന മഹത്തായ സന്ദേശമാണ് ഭാരതത്തിലെ പൂർവ്വ ആചാര്യന്മാർ നല്കിയിട്ടുള്ളത്. ഭാഷകൾ ഭിന്നങ്ങളെങ്കിലും ഇന്ത്യൻ സംസ്കാരവും സാഹിത്യവും ഒന്നാണ്. ഇന്ത്യൻ ഭാഷകളിലൂടെ സർവ്വ വിജ്ഞാനങ്ങളും പഠിക്കുവാൻ സാഹചര്യം ഉണ്ടാകണം. അവനവന്റെ ഭാഷയിലൂടെ ചിന്തിച്ചിട്ടാണ് പ്രതിഭാശാലികൾ ജന്മം കൊള്ളുന്നത്. ബ്രിട്ടീഷുകാർ ഇന്ത്യ ഭരിച്ചത് അവരുടെ ഭാഷയിലൂടെയാണ്. 9000ത്തിനും 10000ത്തിനും ഇടയ്ക്കു വരുന്ന ബ്രിട്ടീഷ് ഉദ്യോഗസ്ഥരാണ് 200 വർഷക്കാലം ഇന്ത്യ ഭരിച്ചതെന്നോർക്കുക. ഭരണത്തിന്റെ താഴേത്തട്ടിലുള്ള ഉദ്യോഗസ്ഥന്മാരെല്ലാം നാട്ടുകാരായിരുന്നു. ഇംഗ്ലീഷ് വിദ്യാഭ്യാസത്തിലൂടെ നാട്ടുകാരായ ഉദ്യോഗസ്ഥന്മാരെ അവർ സൃഷ്ടിച്ചു. അങ്ങനെ അധീശത്വ ശക്തിയുടെ ഭാഷയിലൂടെ ബ്രിട്ടീഷുകാർ ഇന്ത്യൻ ജനതയെ അടിമകളാക്കി ഭരിച്ചു. ബ്രിട്ടീഷുകാർ ഇന്ത്യ വിട്ടിട്ടും ഇംഗ്ലീഷ് ഭാഷയിലൂടെ ഇന്ത്യാക്കാർ ഇന്ത്യ ഭരിക്കുന്നു. ഇംഗ്ലീഷറിയാവുന്ന ഒരു ന്യൂനപക്ഷം ബഹുഭൂരിപക്ഷത്തെ കബളിപ്പിച്ചുകൊണ്ട് രാജ്യം ഭരിക്കുന്നു.

ഏതൊരു വ്യക്തിയുടേയും സ്വത്വത്തിനാധാരം അവന്റെ മാതൃഭാഷയാണ്. മാതൃഭാഷയെ അവഗണിക്കുന്നതിലൂടെ ഒരു സംസ്കാരത്തിന്റെയും പാരമ്പര്യത്തിന്റെയും തിരോധാനമാണ് സംഭവിക്കുന്നത്. ഏതു സാഹചര്യത്തിൽ വളർന്നാലും ജീവിച്ചാലും മാതൃഭാഷയിലൂടെ കിട്ടിയ സാംസ്കാരിക മൂല്യങ്ങൾ കൈവിടാതിരിക്കാൻ ശ്രദ്ധിക്കണം. അതുകൊണ്ട് ഹയർ സെക്കന്ററി തലം വരെയുള്ള വിദ്യാഭ്യാസമെങ്കിലും മാതൃഭാഷയിലൂടെയായിരിക്കണമെന്ന് നിയമനിർമ്മാണത്തിലൂടെ ഉറപ്പുവരുത്തേണ്ടത് സ്റ്റേറ്റിന്റെ കടമയാണ്. ഓരോ സ്റ്റേറ്റിലും നിവസിക്കുന്ന ഇതരഭാഷക്കാർക്ക് അവരുടെ മാതൃഭാഷയിലൂടെ വിദ്യാഭ്യാസം ഉറപ്പുവരുത്തേണ്ടത് അതാതു മാതൃഭാഷാ സംസ്ഥാനങ്ങളായിരിക്കണം.

ഭാഷാടിസ്ഥാനത്തിൽ ഭാരതത്തെ പുനസ്സംഘടിപ്പിക്കാമെന്ന ആശയത്തിന്റെ ഉപജ്ഞാതാവ് ബ്രിട്ടീഷുകാരനായ ജോൺ ബ്രൈറ്റാണ്. ഗാന്ധിജിക്ക് ഈ ആശയത്തോട് യോജിപ്പുണ്ടായിരുന്നു. ഭാഷാടിസ്ഥാനത്തിൽ സംസ്ഥാനരൂപീകരണം നടന്ന് അറുപത്തിയൊന്ന് വർഷം കഴിഞ്ഞിട്ടും കേരളത്തിൽ ഭരണഭാഷയും വിദ്യാഭ്യാസ മാദ്ധ്യമവും മാതൃ

ഭാഷയിലാകാത്തത് എന്തുകൊണ്ട്? അരനൂറ്റാണ്ടു കൊണ്ട് ഇന്ത്യയിലെ ഭരണഭാഷ ഇംഗ്ലീഷാക്കാൻ ഇംഗ്ലീഷുകാർക്ക് കഴിഞ്ഞു. നാട്ടുകാർ ഭരണം കൈയേറ്റിട്ടും മലയാളിയുടെ മാതൃഭാഷയ്ക്ക് ഒരു എഴുന്നേറ്റവും ഉണ്ടായില്ല. എവിടെയാണ് പാളിച്ച പറ്റിയത്? വിദ്യാഭ്യാസ രംഗത്ത് അനുവർത്തിച്ച ഉദാസീനഭാഷാ നയമാണ് പ്രധാനഹേതു. മലയാളഭാഷയ്ക്ക് അർഹമായ സ്ഥാനം കൊടുത്ത് ആ ഭാഷയെ പോഷിപ്പിക്കാനുള്ള യത്നങ്ങൾ മാറി മാറി അധികാരത്തിൽ വന്ന രാഷ്ട്രീയപ്പാർട്ടികൾ കൈക്കൊണ്ടില്ല. സ്റ്റേറ്റ് ഗവൺമെന്റിന്റെ അധികാരപരിധിയിൽ പെടുന്ന ഉദ്യോഗങ്ങൾക്ക് മലയാള ഭാഷാ പരിജ്ഞാനം വേണം എന്ന് എന്തുകൊണ്ട് ശഠിച്ചു കൂടാ? ഭരണഭാഷയാകാനും വൈജ്ഞാനികഭാഷയാകാനും മലയാളത്തിനു കെല്പില്ലെന്ന വാദത്തിൽ ഒരു കഴമ്പുമില്ല. ഇംഗ്ലീഷ് വിദ്യാഭ്യാസം സാർവ്വത്രികമാകുന്നതിന് മുമ്പ് ഇവിടെ മലയാള ഭാഷയിൽ ധാരാളം വൈജ്ഞാനിക ഗ്രന്ഥങ്ങൾ ഉണ്ടായിട്ടുണ്ട്. തത്ത്വജ്ഞാനം, ജ്യോതിശാസ്ത്രം, ഗണിതം, വാസ്തുവിദ്യ, ആരോഗ്യശാസ്ത്രം, കൃഷി, ശാസ്ത്രം തുടങ്ങിയ വിഷയങ്ങൾ സംബന്ധിച്ച ഗ്രന്ഥങ്ങൾ തന്നെ ഉദാഹരണം. ഇവ മനസ്സിലാവണമെങ്കിൽ മാതൃഭാഷയുടെ ഉള്ളുകള്ളികൾ മനസ്സിലാക്കണം. ആധുനിക വിദ്യാഭ്യാസത്തിൽ അതിന് സാഹചര്യമില്ലാതെ പോയതാണ് മലയാള ഭാഷ പുറന്തള്ളപ്പെടാൻ കാരണം. പ്രാകൃതം, പാലി, സംസ്കൃതം, സെമറ്റിക് ഗോത്രത്തിൽപ്പെട്ട ഹീബ്രു, അറബിക് എന്നീ ഭാഷകളുമായി അതിപ്രാചീനകാലം മുതല്ക്കേ മലയാളത്തിനു ബന്ധമുണ്ട്. ഏതു ഭാഷയിൽനിന്നും പെട്ടെന്ന് പദങ്ങളെ സ്വീകരിക്കാനുള്ള കഴിവ് മലയാളത്തിനോളം മറ്റൊരു ഇന്ത്യൻ ഭാഷയ്ക്കുമില്ല. നൂതനസാങ്കേതിക ശബ്ദസൃഷ്ടിയിൽ ഏറ്റവും കൂടുതൽ പ്രയത്നിച്ചിട്ടുള്ള വൈയാകരണനാണ് എ ആർ രാജരാജവർമ്മ, 1913-ൽ സാഹിത്യസാഹ്യത്തിൽ അദ്ദേഹം ഇങ്ങനെ എഴുതി:

> പ്രകൃതിയുടെ രഹസ്യങ്ങളെ ആരാഞ്ഞറിഞ്ഞ് തദീയശക്തികളെ ജനോപകാരത്തിനായി ഉപയോഗിച്ചുകൊണ്ടു വരുന്ന ഇക്കാലത്തിൽ പുതിയ പുതിയ വസ്തുക്കൾ നിത്യമെന്നപോലെ ഉണ്ടായിക്കൊണ്ടിരിക്കുന്നു. പുതിയ വസ്തുക്കളെ കുറിക്കുന്നതിനു പുതിയ ശബ്ദങ്ങളും വേണ്ടി വരുന്നു. അതിനാൽ നൂതന ശബ്ദങ്ങളെ സൃഷ്ടിക്കേണ്ടുന്ന ആവശ്യം ആധുനിക ഭാഷകൾക്കെല്ലാം നേരിട്ടിട്ടുണ്ട്. പുതിയ സാധനങ്ങളെ നിർമ്മിക്കുന്നതു പാശ്ചാത്യവർഗ്ഗക്കാരാണ്. അവർ പ്രായേണ തങ്ങളുടെ മൂലഭാഷകളായ ലത്തീൻ, ഗ്രീക്ക് എന്ന രണ്ടു ഭാഷകളിലെ ധാതുക്കളെക്കൊണ്ട് ആവശ്യപ്പെട്ട ശബ്ദങ്ങളെ സൃഷ്ടിക്കുന്നു. യൂറോപ്പിൽ ഗ്രീക്ക്, ലത്തീൻ ഭാഷകൾക്കുള്ള സ്ഥാനം ഇന്ത്യയിൽ സംസ്കൃതമാണ് വഹിക്കുന്നത്. അതിനാൽ പുതിയ സാധനങ്ങൾക്ക് ഉചിതമായി നാമകരണം ചെയ്യുന്നത് സംസ്കൃതം കൊണ്ടേ സാധിക്കുകയുള്ളൂ.

നൂറുവർഷങ്ങൾമുമ്പ് പുതിയ പദസൃഷ്ടിക്ക് നമുക്ക് അവലംബം സംസ്കൃതമായിരുന്നു. ഇന്ന് ആ സ്ഥാനം ഇംഗ്ലീഷ് കരസ്ഥമാക്കിയിരി ക്കുന്നു. ഇംഗ്ലീഷിനും മലയാളം ഉൾപ്പെടെയുള്ള നാട്ടുഭാഷകൾക്കും ഉച്ചാ രണവിഷയത്തിൽ അന്തരം ഉള്ളതിനാൽ സംസ്കൃതപദങ്ങളെപ്പോലെ ഇംഗ്ലീഷ് വാക്കുകളെ തത്സമങ്ങളായി ഉപയോഗിക്കുന്നത് ദുർഘടമാണ്. എങ്കിലും അവശ്യം വേണ്ട വർണ്ണ വ്യതിയാനത്തോടെ യൂറോപ്യൻ ഭാഷാ പദങ്ങളെ ഉൾക്കൊള്ളാവുന്നതാണ്. ഒരു കാര്യം ഓർക്കണം. പ്രകൃതികളെയല്ലാതെ പ്രത്യയങ്ങളെ മറ്റു ഭാഷയിൽനിന്നും ഒരു ഭാഷ യിലും സ്വീകരിക്കുക പതിവില്ല. ഏതു വിഷയമായാലും കാര്യം ശരിക്കു മനസ്സിലായിട്ടുള്ള ആൾക്ക് മാതൃഭാഷയിലൂടെ അത് പ്രകടിപ്പിക്കാൻ കഴി യും. ഇന്ത്യയുടെ ചൊവ്വാ ദൗത്യത്തിന്റെ വിവിധ വശങ്ങളെക്കുറിച്ച് ഐ എസ് ആർ ഒ യിലെ ഒരു മലയാളി ശാസ്ത്രജ്ഞൻ ശുദ്ധ മലയാള ത്തിൽ വിവരിച്ചപ്പോൾ സദസ്സാകെ കോരിത്തരിപ്പോടെ ശ്രവിച്ചതിന് ഈ ലേഖകൻ സാക്ഷിയാണ്. ഭൂരിപക്ഷത്തിനും ദഹിക്കാത്ത ഇംഗ്ലീഷിലൂടെ തനിക്കുപോലും പൂർണ്ണമായി അറിയാത്ത കാര്യങ്ങൾ ഒപ്പിച്ച് തടി തപ്പുന്ന വയറ്റിപ്പിഴപ്പുകാരാണ് യഥാർത്ഥത്തിൽ നമ്മുടെ ചുറ്റുപാടും ഉള്ളത്. ഇത്തരക്കാരിൽനിന്നും ഒരു ആര്യഭടനോ, ശങ്കരനാരായണനോ, ശ്രീ ശങ്കരനോ, ഇട്ടി അച്ചുതനോ, സി വി രാമനോ, രാമാനുജനോ, ഇ സി ജി സുദർശനനോ, എ പി ജെ അബ്ദുൾ കലാമോ ഉണ്ടാകാൻ പോകുന്നില്ല.

www.ingramcontent.com/pod-product-compliance
Lightning Source LLC
LaVergne TN
LVHW041325080426
835513LV00008B/590
*9789389410082*